പൂർണ

2023

ജലജ രാജീവ്

എറണാകുളം ജില്ലയിലെ വടക്കൻ പറവൂർ താലൂക്കിൽപ്പെട്ട കൂനമ്മാവിൽ ഗോപാലകൃഷ്ണൻ ഇളയിടത്തിന്റെയും സുജാതയമ്മയുടെയും മകളായി ജനനം. സ്കൂൾ വിദ്യാഭ്യാസം സ്വന്തം ഗ്രാമത്തിലെ G.UPS വള്ളുവള്ളി യിലും GGHS വടക്കൻ പറവൂരിലുമായിരുന്നു. കേരള യൂണിവേഴ്സിറ്റിയിൽ നിന്നു ഡിഗ്രിയും പിജി യും. Institute of Behavioural & Management Sciences A.P യിൽ നിന്ന് PG ഡിപ്ലോമ in Psychological Counselling, MS (Counselling &Psychotherapy). വിവാഹശേഷം കണ്ണൂർ ജില്ലയിലെ മണത്തണ എന്ന മലയോര ഗ്രാമത്തിൽ താമസം. ഭർത്താവ് Late CA.രാജീവ് K P. മക്കൾ : രാഹുലും, രോഹിത്തും. തെളിനീർ ട്രസ്റ്റ് 2023 ഏപ്രിൽ മാസത്തിൽ നടത്തിയ സംസ്ഥാനതല കഥാരചന മത്സരത്തിൽ മികച്ച രചനാ പുരസ്കാരവും കവിതാമത്സരത്തിൽ മികച്ച രചനക്കുള്ള അഭിനന്ദന പത്രവും നേടിയിട്ടുണ്ട്. വിലാസം: കുന്നത്ത് ഹൗസ്, മണത്തണ പി.ഒ., കേളകം, കണ്ണൂർ-670674. Mob: 9747658386. email:jalajarajeev@gmail.com

പ്രചോദനാത്മകമായ ചിന്തകൾ

ജലജ രാജീവ്

ഉത്കർഷത്തിന്റെ നോട്ടുപുസ്തകം

പൂർണ പബ്ലിക്കേഷൻസ്, കോഴിക്കോട്

കോഴിക്കോട് ■ കല്പറ്റ ■ തിരുവനന്തപുരം

നന്ദിപൂർവ്വം......

മനസ്സിന്റെ മായാജാലങ്ങളിൽ അറിയാതെ പെട്ടു
എണ്ണിപ്പെറുക്കി ജീവിതം അത്രയേറെ കടുപ്പമേറിയതും
അതിന്റെ ആഴങ്ങൾ കരിമ്പാറക്കെട്ടുകളാൽ സമൃദ്ധവും ഉപരിതലം
കാരമുള്ളുകൾ കൊണ്ട് അലങ്കരിക്കപ്പെട്ടതാണെന്നുമൊക്കെ
ചിന്തിച്ചു വശായിരിക്കുന്ന ഒരു പറ്റം സാധാരണ മനുഷ്യരുണ്ട്
നമ്മോടൊപ്പം. മനസ്സ് മുഴുവൻ അലങ്കോലപ്പെട്ടിരിക്കുന്നവർ.
ചിന്തകളിൽ വിഷപ്പുകയേറ്റ് പിടഞ്ഞു വീഴുന്നവർ.
ചിന്തിച്ചു ചിന്തിച്ചു അതായി മാറുന്നവർ.
സ്വയം ശപിച്ചും കരഞ്ഞും ജീവിതത്തിൽ നിന്നു ഒഴിഞ്ഞു
പോകാൻ കാത്തു നിൽക്കുന്നവർ.നിരാശരും നിരാലംബരും,
നിസ്സഹായരുമായ കൂടെപ്പിറപ്പുകൾ. അവരുടെ മുന്നിൽ ഒരു
മൺ ചെരാതിന്റെ നുറുങ്ങു വെട്ടമായെങ്കിലും വഴികാട്ടിയാവുമെങ്കിൽ.....
ഈ കാലവും കടന്ന് പോകും,ഇവിടെയൊന്നും സ്ഥിരമല്ല, ഋതുഭേദങ്ങൾ
പോലെ എല്ലാം മാറിക്കൊണ്ടിരിക്കും എന്നുമൊക്കെ
ആശ്വസിപ്പിക്കുവാനുള്ള ഒരു എളിയശ്രമം.
ജീവിതത്തെ വെറുക്കാതെ സ്നേഹിച്ചു നോക്കു എന്ന
ധൈര്യപ്പെടുത്തൽ.ചിന്തിച്ചു ചിന്തിച്ചു ഉത്തരം കിട്ടാതെ അലയേണ്ട
ഒരാവശ്യവും ഇല്ല., വളരെ ലളിതമായി കൈകാര്യം ചെയ്തു
ജീവിതത്തെ തിരിച്ചുപിടിക്കാൻ സാധിക്കുമെന്നൊരു ഉറപ്പ്.

ഞാൻ മൈൻഡ് പ്ലസ് എന്നൊരു മഹത്തായ കൂട്ടായ്മയിലെ അംഗമാണ്.
എന്റെ ഗുരുക്കന്മാരുടെ വാക്കുകളിൽ നിന്നു സ്വരൂപിച്ചെടുത്ത
ആശയങ്ങളാണ് ഇതിലേറെയും എന്ന് നന്ദി പൂർവ്വം സ്മരിക്കുന്നു.
പല വായനാനുഭവങ്ങളിൽ നിന്നും സ്വന്തം ജീവിതാനുഭവങ്ങളിൽ
നിന്നും ഉരുത്തിരിഞ്ഞ കുറെ ഉത്തരങ്ങളും ഈ പുസ്തകത്തിന്റെ രചനക്ക്
അടിസ്ഥാനമായിട്ടുണ്ട്.എല്ലാം മനസ്സിന്റെ കളികൾ മാത്രമാണ്.

പ്രശ്നങ്ങളും വിഷമങ്ങളും സങ്കീർണ്ണതകളും എല്ലാം മനസ്സിന്റെ ഉള്ളിലാണ്, അതിന്റെ പ്രതിഫലനങ്ങൾ മാത്രമാണ് അനുഭവങ്ങൾ എന്നും ഓരോ വായനക്കാരനിലേക്കും ഒരു എളിയ സന്ദേശമായി, തിരിച്ചറിവായി കടന്ന് ചെല്ലുവാൻ സാധിക്കട്ടെ എന്നുള്ള ഒരു പ്രാർത്ഥനയായിട്ടാണ് ഞാൻ ഈ പുസ്തകം സമർപ്പിക്കുന്നത്.

പുസ്തക പ്രസാധനത്തിന് പിന്തുണ നൽകിയ കോഴിക്കോട് പൂർണ പബ്ലിക്കേഷൻസിന്റെ സാരഥി ശ്രീ.മനോഹറിനോടും സഹപ്രവർത്തകരോടും നന്ദി അറിയിക്കുന്നു.

പുസ്തകത്തിന്റെ രൂപകല്പന മനോഹരമാക്കിയ പ്രിയസഹോദരനും മൈൻഡ് പ്ലസ് കുടുംബാംഗവുമായ ശ്രീ. സുരേഷ് ബാബുവിനോടും അതി സുന്ദരമായ ധ്യാനാത്മക ചിത്രം വരച്ചു നൽകിയ മൈൻഡ് പ്ലസ് കുടുംബാഗം കൂടിയായ പ്രിയ ഷൈമക്കും പ്രത്യേകം നന്ദിയും സ്നേഹവും അറിയിക്കുന്നു. ഈ രചനയുടെ ആദ്യാവസാനം നിർദ്ദേശങ്ങളും പ്രോത്സാഹനങ്ങളുമായി കൂടെനിന്ന ഗുരുസ്ഥാനീയനായ മൈൻഡ് പ്ലസ് അംഗം ഡോ: കെ.എസ്.കൃഷ്ണകുമാർ സാറിനെ നന്ദിയോടെ ഓർക്കുന്നു. ഈ പുസ്തകത്തെ മനോഹരമായ അവതാരികയിലൂടെ ധന്യമാക്കിയ ശ്രീ. മധുസൂദനൻ മാഷിന് പ്രത്യേക നന്ദി. കൂടാതെ ഈ ഒരു രചനയിലേക്ക് സ്നേഹപൂർവ്വം എന്നെ നയിച്ച് എല്ലാവിധ പ്രോത്സാഹനവും നൽകിയ എന്റെ പ്രിയ മൈൻഡ് പ്ലസ് സുഹൃത്തുക്കളോടുള്ള കടപ്പാടും സ്നേഹവും നന്ദിയും അറിയിക്കുകയാണ്.

സ്നേഹത്തോടെ,

ജലജ രാജീവ്

ഉള്ളടക്കം

Be Positive

ജീവിതത്തെ ഉയർത്തികൊണ്ടുവരാൻ നമ്മുടെ
ചിന്തകളും മനോഭാവവും വഴിവക്കുന്നു.
എന്ത് ചിന്തയിലൂടെ പുറത്തേക്കു പോകുന്നുവോ
അത് പല രീതിയിലും ഭാവത്തിലും, വ്യക്തികളായും
സാഹചര്യങ്ങളായും നമ്മിലേക്ക് തന്നെ
തിരിച്ചു വരുന്നു. അത് പോസിറ്റീവ് ആയാലും നെഗറ്റീവ്
ആയാലും. വിതച്ചത് മാത്രമാണ് കൊയ്യുന്നത്. അതുകൊണ്ട്
നമ്മുടെ ചിന്തകളെ കയറൂരി വിടരുത്.
എപ്പോഴും ക്രീയേറ്റീവ് & പോസിറ്റീവ് ആയ ചിന്തകളെ
മാത്രം മനസ്സിലൂടെ കയറിയിറങ്ങാൻ അനുവദിക്കുക.
എപ്പോഴെങ്കിലും നെഗറ്റീവ് ഫീലോടു കൂടിയുള്ള ചിന്തകൾ
വരുന്നെങ്കിൽ അതിനെ അലയാൻ വിടാതെ പകരം
പോസിറ്റീവ് അഫർമേഷൻസ് കൊണ്ട് നിറയ്ക്കുക.
നന്ദിയുടെ തിലകം ചാർത്തുക.
അതാവട്ടെ ഇന്നുമുതൽ നമ്മുടെ ദിനചര്യയിൽ ആദ്യത്തേത്.

എന്റെ ആഗ്രഹങ്ങൾ ഞാൻ സ്വയം നേടിയെടുക്കും

ആത്മവിശ്വാസമാണ് ഏറ്റവും വലിയ ഡിഗ്രിയും ഏറ്റവും വലിയ ക്വാളിഫിക്കേഷനും. പൂർണആത്മവിശ്വാസത്തോടെ, പൂർണബോധ്യത്തോടെ, വിശ്വാസത്തോടെ ആഗ്രഹിക്കുന്ന കാര്യങ്ങൾ എല്ലാം തന്നെ പ്രപഞ്ചം നമുക്ക് അനുകൂലമാക്കി തരുന്നു .ഈ ആഗ്രഹ സഫലീകരണത്തിന് നമ്മുടെ ഭാഗത്തു നിന്നുള്ള അനിവാര്യമായ പ്രവർത്തങ്ങളും അത്യാവശ്യമാണ്. നേടണമെങ്കിൽ ചില കാര്യങ്ങൾ വിട്ടുകൊടുക്കേണ്ടതായി വന്നേക്കാം. നാം നമ്മെ സ്നേഹിക്കുന്നതോടൊപ്പം പല സംഗതികളും വിട്ടുകളയേണ്ടതായും ഉണ്ട്. സ്വയം രൂപപ്പെടുത്തുക. I want I can I will എന്നുള്ളതു ഒരു മന്ത്രം തന്നെയാണ്. I want എന്നു ആഗ്രഹിക്കുകയും എനിക്ക് അത് സാധ്യമാണ് എന്നു വിശ്വസിക്കുകയും ഞാൻ അത് നേടിയെടുത്തിരിക്കും എന്നു ഉറക്കെ പ്രഖ്യാപിക്കുകയും ചെയ്യുക.ഈ മന്ത്രം മറ്റുള്ളവരിലേക്കുംപകർന്നു കൊടുക്കുക.പ്രത്യേകിച്ച് ബാല്യകൗമാരക്കാരായ കുട്ടികളിൽ ഏറ്റവും കൂടുതൽ ആത്മ വിശ്വാസം ഉയർത്താനും ജീവിതത്തെ പോസിറ്റീവ് ആയി കാണാനും നിലനിർത്താനും ഉപകരിക്കുന്നതാണ്.

ദുഃഖങ്ങളുടെ അടിവേര്

എല്ലാ ആകുലതകളുടെയും അടിവേര് തേടുമ്പോൾ ബന്ധങ്ങളിലേക്കാണ് വിരൽ ചൂണ്ടപ്പെടുന്നത്. അച്ഛൻ, അമ്മ, മക്കൾ, കൂടപ്പിറപ്പ്, ബന്ധുക്കൾ, സ്നേഹിതർ എല്ലാവരുമായിട്ടുള്ള ബന്ധങ്ങൾ ഒരിക്കലല്ലെങ്കിൽ മറ്റൊരിക്കൽ വിഷമങ്ങൾക്ക് കാരണമാകുന്നു. ധനം, സാഹചര്യം, ജോലി ഇവയും ദുഃഖകാരണമായി തീരാറുണ്ട്. കൂടുതൽ അടുപ്പവും സ്നേഹവും കൂടുതൽ ആകുലതകൾ ഉണ്ടാക്കുന്നു. Detachment അഥവാ നിസ്സംഗതയാണ് ഒരേയൊരു പരിഹാരം. കൂടുതൽ ബന്ധം സ്ഥാപിക്കാതിരിക്കുക. എല്ലാം ഒരു സാക്ഷീഭാവത്തിൽ വീക്ഷിക്കുക. അത്ര മാത്രം. അപ്പോൾ ദുഃഖം ഉണ്ടാവുകയില്ല. എല്ലാവിധത്തിലുമുള്ള ആകുലതകളോടും നിസ്സംഗമായിരുന്നു കൊണ്ട് വിട പറയാൻ സാധിക്കട്ടെ.

മങ്കി മൈൻഡ്

ചില്ലകൾ തോറും ചാടിച്ചാടി തലകുത്തി മറിഞ്ഞു വേണ്ടതുംവേണ്ടാത്തതും കയ്യിട്ടു വാരിക്കൊണ്ട് അങ്ങനെ....
നമ്മുടെ മനസ്സ് മിക്കവാറും അങ്ങനെ തന്നെ. കലപില കൂട്ടി, സ്വയം മുറിഞ്ഞും മറ്റൊന്നിനോട് കലഹിച്ചും ഊതി വീർപ്പിച്ച നീർക്കുമിളകളിൽ അടയിരിപ്പാണ്.
ചിന്തകളുടെ ബാഹുല്യം ഏറി ഏറി ശ്വസിക്കാൻ പോലും സമയമില്ലാതെ ഉത്തരം മുട്ടിക്കുന്ന ചോദ്യങ്ങളുമായിഅലഞ്ഞു തിരിയുകയാണ് പലപ്പോഴും. നിരന്തരം ശല്യപ്പെടുത്തുന്നചിന്തകൾ.
ഇവിടെയാണ് ധ്യാനം പ്രസക്തമാവുന്നത്.
പ്രത്യേകിച്ച് മൈൻഡ്ഫുൾനെസ്സ് മെഡിറ്റേഷൻ. ശ്രദ്ധാപൂർണതാ ധ്യാനം.പല വഴികളിലൂടെ അലഞ്ഞുതിരിഞ്ഞു തളർന്നു പോയ മനസ്സിനെ ഒരു വിശ്രമ കേന്ദ്രത്തിൽ എത്തിച്ചു സാന്ത്വനവും പരിഗണനയും നൽകുന്ന ധ്യാനരൂപം.
നമ്മുടെ ജീവൻ നിലനിർത്തുന്ന ശ്വാസത്തിൽ മാത്രം ശ്രദ്ധ കേന്ദ്രീകരിച്ചു മനസ്സിനെയും ശരീരത്തെയും ഏകോപിപ്പിക്കുന്നഅതീവ ലളിതമായ ധ്യാനം.ഒരു പ്രാർത്ഥന പോലെ നിത്യേന അനുവർത്തിക്കുമ്പോൾ ലഭിക്കുന്ന മാനസിക സംഘർഷങ്ങളിൽ നിന്നുള്ള മോചനം.,
ഒരുപാട് ചോദ്യങ്ങൾക്കുള്ള മറുപടി, സ്വസ്ഥവും ശാന്തവുമായ മനസ്സ് എല്ലാം ഈ ധ്യാനാവസ്ഥയെ

കൂടുതൽ ജനപ്രിയമാക്കുന്നു എന്റെ സ്വന്തം
അനുഭവങ്ങൾ തന്നെ അതിനു സാക്ഷിയാണ്.
ഇന്നു ലോകത്തു ഏറ്റവും കൂടുതൽ ഗവേഷണം
നടത്തപ്പെടുന്ന ഒരു വിഷയവും കൂടിയാണിത്.
മൈൻഡ്ഫുൾനെസ്സ് മെഡിറ്റേഷന്റെ പ്രസക്തി
നിരവധി ഹോളിസ്റ്റിക് ചികിത്സാവിധികളിലും
ഉപയോഗിക്കുന്നു.
ശ്രദ്ധാപൂർണതാ ധ്യാനം എകാഗ്രതയും ബദ്ധശ്രദ്ധയും
വളർത്തിയെടുത്തുകൊണ്ട് വ്യക്തിപരമായും
സാമൂഹികമായുമുള്ള ശാന്തതയും സമാധാനവും
സാധ്യമാക്കുന്നു.
ലോക ഗുരുക്കന്മാരുടെ ശ്രേണിയിൽ ഉൾപ്പെടുന്ന
സമാധാനത്തിന്റെ ഗുരു, സെൻ സന്യാസി
തിയാ ങ്ഗ്യാച് ഹാൻ മൈൻഡ്ഫുൾനെസ്സ്
മെഡിറ്റേഷൻ ലോകവ്യാപകമായി പ്രചരിപ്പിച്ചു.
അദ്ദേഹത്തിന്റെ പുസ്തകങ്ങൾ പ്രസക്തവും
പ്രശസ്തവുമാണ്.

പ്രതിബദ്ധത

നമുക്ക് നമ്മോടു തന്നെ പ്രതിബദ്ധരാകേണ്ടതുണ്ട്.
സ്വന്തം മനസ്സിനെയും സ്വന്തം ശരീരത്തിനെയും
കേൾക്കുകയും കാണുകയും ചെയ്യുക എന്നത്
പ്രഥമ പരിഗണന അർഹിക്കുന്നു.
പ്രതീക്ഷ വാനോളം ഉയർന്നുനിൽക്കുമ്പോഴും
അതിന് പരിധി വയ്ക്കുന്നത് നല്ലതാണ്.
ചിന്തകളുടെ നിയന്ത്രണം സ്വന്തം കയ്യിൽ
ഭദ്രമായിരിക്കണം .ചിന്തകളും സങ്കല്പങ്ങളുമായി
കൂടിക്കലർന്നു മിഥ്യയും യാഥാർത്ഥ്യവും
തിരിച്ചറിയാതെയാകും.
ചിന്തിച്ചു ചിന്തിച്ചു ഉത്തരം തേടി നടക്കും.
അത് കിട്ടുകയുമില്ല. മാത്രമല്ല അതിന്റെ നെഗറ്റീവ്
വശം കൂടുതലായി മനസ്സിൽ തങ്ങി നിൽക്കുകയും
ചെയ്യും.ചിന്തകളെപിടിച്ചു നിർത്താൻ കഴിയാതെ
മാനസികഅസ്വസ്ഥതകളിലേക്കും മറ്റും പോകാനും
ഇടയുണ്ട്.പല ആരോഗ്യപ്രശ്നങ്ങളും രോഗാവസ്ഥയും
നിയന്ത്രണവിധേയമല്ലാത്ത ചിന്തകളുടെ ഫലമായി
കണ്ടു വരുന്നു. അതുകൊണ്ട് യാഥാർത്ഥ്യ
ബോധത്തോടെയാവണം ജീവിതത്തെ സമീപിക്കേണ്ടത്.

സ്വയം വഴി മുടക്കരുത്

ചെറുപ്പം മുതൽ ഓരോരോ ആഗ്രഹങ്ങളുമായി, മനോഹരമായ ഒരു ജീവിതത്തെ മുന്നിൽ കണ്ടു യാത്ര ആരംഭിച്ചവരാണ് നാം.
പക്ഷേ പലയിടങ്ങളിലും നാം പരീക്ഷിക്കപ്പെടുന്നതായി തോന്നാറില്ലേ? എന്തുകൊണ്ട് എന്ന ചോദ്യത്തിന് നാം സ്വയം ന്യായീകരണം കണ്ടെത്തി അതിൽ കടിച്ചു തൂങ്ങി പരിഹാരം തേടാതെ ദുഖത്തെ മാടി വിളിക്കുന്നു..
ഇതാണ് നമ്മുടെ എല്ലാവിധത്തിലുമുള്ള വളർച്ചയെ തടയുന്നത്. സ്വയം വഴിമുടാക്കിയാവുന്ന അവസ്ഥ. അതോടെ ഉണ്ടായിരുന്ന ആത്മവിശ്വാസവും ധൈര്യവും ചോർന്നു പോകുന്നു.
ചിന്തകളിൽ വിപരീതസന്ദേശങ്ങൾ നിറയുകയും പ്രവൃത്തികളിൽഅത് പ്രതിഫലിക്കുകയും ചെയ്യുന്നു. വിജയിക്കാനാകുമായിരുന്ന പലതും കൈവിട്ടു പോവുകയും ചെയ്യും.
ആ തിരിച്ചറിവ് മാതാപിതാക്കളിൽ നിന്നു ലഭിക്കാൻ ഭാഗ്യമുള്ള കുട്ടികൾ പിൽക്കാലത്തും സ്വയം വഴിമുടക്കികളാവുകയില്ല.ആഗ്രഹങ്ങൾ നല്ലൊരു ജീവിതത്തിനായുള്ള ആദ്യ പടികളാണ്.
നേടിയെടുക്കുമ്പോൾ മാത്രമേ അത് പൂർത്തിയാവുന്നുള്ളു.
നേട്ടങ്ങൾ നമ്മുടേതാവണമെങ്കിൽ ആരെയും കുറ്റപ്പെടുത്താതെ, മാറ്റിവക്കാതെ, നീട്ടിവക്കാതെ, സ്വന്തം ഉത്തരവാദിത്തമാണെന്ന് തിരിച്ചറിഞ്ഞു ആത്മവിശ്വാസത്തോടെ, സന്തോഷത്തോടെ മുന്നോട്ടു പോവുക.

വൈകാരിക മാറാപ്പ് (Emotional baggages)

വൈകാരിക സുസ്ഥിരതയില്ലായ്മ ജീവിതത്തെ തകിടം മറിക്കും. ആ മാറാപ്പിനുള്ളിൽകൊണ്ട് നടക്കുന്ന പല വികാരങ്ങളും അധമമാണ്.
നാം അറിയാതെ നമ്മുടെ കൂടെക്കൂടി നമ്മെ തെറ്റായ നിഗമനങ്ങളിലേക്ക് എത്തിക്കുകയും ചെയ്യും.
പല ഏടുകളും വീണ്ടും ആവർത്തിച്ചു വായിച്ചു ജീവിതത്തെ എപ്പോഴും നെഗറ്റീവ് ആയി കാണാൻ പ്രേരിപ്പിക്കുന്നു. പല കാലങ്ങളിൽ സംഭവിച്ചു പോയ കാര്യങ്ങളെ മനസ്സിൽ കൊണ്ടുനടക്കാതെ ഈ നിമിഷത്തിൽ അതിനു യാതൊരു പ്രസക്തിയും ഇല്ലാത്തതാണ് എന്നു തിരിച്ചറിയുക.
ഈ മാനസികാവസ്ഥ കൂടുതൽ ഭാരങ്ങളെ നമ്മിലേക്ക് ആകർഷിക്കാതിരിക്കുകയും ജീവിതം ലളിതമാക്കുകയും ചെയ്യും.
നമ്മുടെ വൈകാരിക തലങ്ങൾ നമ്മുടെ പ്രവർത്തിയിൽ പ്രതിഫലിക്കുകയും ഭാവിയെ കൂടുതൽ മെച്ചപ്പെടുത്തുകയും ചെയ്യും.
മാനസികമായി ഉയർച്ച നേടുകയും എല്ലാത്തിലും ഈ പ്രപഞ്ചത്തിന്റെ ഒരു കയ്യൊപ്പ് ദർശിക്കാൻ സാധിക്കുകയും ചെയ്യും.
നമ്മുക്ക് വേണ്ടി നിർദേശിക്കപ്പെട്ടിട്ടുള്ള കാര്യങ്ങൾ മാത്രമാണ് സംഭവിക്കുന്നതെന്നു മനസ്സിലാക്കുക.
അവ ഓരോന്നും നമ്മെ ചില പാഠങ്ങൾ

പഠിപ്പിക്കുകയാണ്. ജീവിത വിജയത്തിന് ഇതെല്ലാം വളരെ വിലപ്പെട്ട അറിവുകളാണ്. വൈകാരിക ശുചിത്വം പാലിക്കേണ്ടത് അത്യാവശ്യമാണ്. നമുക്ക് ഇപ്പോൾ മുതൽ എല്ലാ വൈകാരിക ഭാണ്ഡക്കെട്ടുകളോടും വിട പറയാം.

പ്രാപ്തരാക്കേണ്ടതുണ്ട്. ദോഷ ഫലങ്ങൾക്കു
വേറൊരാളെ കുറ്റപ്പെടുത്താനുള്ള പ്രവണത
നിരുത്സാഹപ്പെടുത്തുകയും വേണം.
ഈ ശീലം അവരെ കർമോന്മുഖരും
ഉത്തരവാദിത്തമുള്ളവരുമാക്കി തീർക്കും.
ചൊട്ടയിലെ ശീലംചുടല വരെഎന്നല്ലേ?

വേറൊരാളുടെ മേൽ ആരോപണം നടത്തുക
എന്നതും ചെറുപ്പത്തിലേ തുടങ്ങുന്ന
ശീലം തന്നെയല്ലേ?
അതിനാൽ വരും തലമുറക്കായി ഇത്തരം
ചില ഉത്തരവാദിത്തങ്ങൾ നാം ഏറ്റെടുത്തേ മതിയാവൂ.
നമ്മുടെ പ്രവൃത്തികളിലൂടെ അവർ
കാര്യകാരണങ്ങൾ മനസ്സിലാക്കട്ടെ.

ഈഗോ/അഹംഭാവം എന്ന മുഖ്യ ശത്രു

ഓരോ മനുഷ്യന്റെയും ജീവിതത്തിൽ
നേരിടേണ്ടി വരുന്ന മുഖ്യ എതിരാളി അവന്റെ
തന്നെ അഹംഭാവം ആണ്. ഞാൻ എന്ന ഭാവം.
ഈഗോ പിടി കൂടിയ മനസ്സിനെ അതിൽ നിന്ന്
മോചിപ്പിക്കുവാൻ അത്ര എളുപ്പമല്ല.സ്വയം
തിരിച്ചറിവ് ലഭിക്കുന്നത് വരെ അവൻ പോലും
അറിയുന്നുണ്ടാവില്ല താൻ ഒരു
കെണിയിലാണുള്ളതെന്ന്.
ഈഗോ, ബന്ധങ്ങളെ എപ്പോഴും നശിപ്പിച്ചു
കൊണ്ടിരിക്കും.
മറ്റുള്ളവരെ കേൾക്കാനോ അംഗീകരിക്കാനോ
അവരെ സമ്മതിക്കുകയില്ല. ഞാനാണ് ശരി.
നിങ്ങൾ ശരിയല്ല, മാത്രമല്ല എപ്പോഴും തെറ്റുമാണ്.
ഇത്തരത്തിൽ ആയിരിക്കും അവർ ചിന്തിക്കുകയും
പറയുകയും ചെയ്യുക. ഇങ്ങനെ വരുമ്പോൾ
എല്ലാ ബന്ധങ്ങളിലും വിള്ളൽ വീഴും.
വീടിനകത്തായാലും പുറത്തായാലും. മറ്റുള്ളവരുടെ
സഹായം ആവശ്യമുള്ളപ്പോൾ പോലും അവർ അതിനു
താല്പര്യപ്പെടുകയില്ല. ഞാൻ അവിടെ തോറ്റു പോകുമോ
എന്ന ഭയം. ഈഗോ കൂടുതൽ ആവാതെ
ആവശ്യമുള്ളപ്പോൾ ഉപയോഗിക്കുകയും വേണം.
ഈഗോയുടെ പിടിയിലായ വ്യക്തിക്ക് നന്ദി
എന്താണെന്ന് പോലും അറിയില്ല. സ്വയം തിരുത്തൽ
സ്വീകരിക്കുകയില്ലെന്നു മാത്രമല്ല മറ്റുള്ളവരിൽ അത്

അടിച്ചേൽപ്പിക്കാൻ ശ്രമിക്കുകയും ചെയ്യും.
അതിനു പല രീതികൾ സ്വീകരിക്കുകയും ചെയ്യും.
മിക്കവാറും മറ്റുള്ളവരെ കുറ്റപ്പെടുത്തി സ്ഥലകാല
ബോധമില്ലാതെ സംസാരിക്കുകയും
പ്രവർത്തിക്കുകയും ചെയ്യും.
ഇതിൽ നിന്ന് പുറത്തു കടക്കാൻ ഒരേയൊരു
മാർഗമേയുള്ളു. നന്ദിയുടെ വഴി സ്വീകരിക്കുക.
അതിലൂടെ സഞ്ചരിക്കാൻ ശ്രദ്ധിക്കുക.
അങ്ങനെയുള്ളവരെ പ്രോത്സാഹിപ്പിക്കുക.
അവരുടെ മനസ്സിനെ നമ്മോടൊപ്പം കൂട്ടുക.
അവർ അത് ആഗ്രഹിക്കുന്നുണ്ടാവും.സാവധാനം
അവരിലും മാറ്റങ്ങൾ സംഭവിക്കും.അവരെ
നിരുപാധികം സ്നേഹിക്കുക,
അനുഗ്രഹിക്കുക. അതിനു വേണ്ട ക്ഷമ നാം
പരിശീലിപ്പിക്കുകയും വേണം.

ആത്മഭാഷണം

ആത്മഭാഷണം നടത്താത്തവരായി
ആരും തന്നെ ഉണ്ടായിരിക്കുകയില്ല.
സന്തോഷമാണെങ്കിലും സന്താപമാണെങ്കിലും
സ്വന്തം മനസ്സിനോടുള്ള സംവാദം തുടർന്നു
കൊണ്ടേയിരിക്കും.പോസിറ്റീവ് ചിന്തകൾ
കൂട്ടുകൂടുമ്പോൾ ശുഭകരമായതു മാത്രം
നമ്മിലേക്കെത്തുന്നു.അതേ സമയം
നെഗറ്റീവ് ചിന്തകൾ നെഗറ്റീവ് അനുഭവങ്ങളെ
ആകർഷിക്കുന്നു.
പ്രപഞ്ചത്തിലേക്കു നല്കപ്പെടുന്ന ഓരോ
ചിന്തയും അതേ ഭാവത്തിലുള്ള അനുഭവങ്ങളായി
തിരികെയെത്തുന്നു എന്നു കാണുക. .
സങ്കടങ്ങളും ഇല്ലായ്മയും കഴിഞ്ഞ കാലങ്ങളിലെ
ദുരനുഭവങ്ങളും പേർത്തും പേർത്തും
ചിന്തയിൽ തലങ്ങും വിലങ്ങും മാർച്ച് നടത്തുമ്പോൾ
അതു പോലുള്ള യഥാർത്ഥ സംഭവങ്ങൾ അരങ്ങേറുന്നു.
അതു കൊണ്ട് ആത്മഭാഷണങ്ങൾ
എപ്പോഴും പോസിറ്റീവ് മാത്രമായിരിക്കട്ടെ.

തോൽവിയിലും സന്തോഷം കണ്ടെത്താൻ പഠിക്കുക

ഒരു മനുഷ്യ ജന്മത്തിൽ ജയവും തോൽവിയും അനിവാര്യമാണ്. ചില കാര്യങ്ങൾ വിചാരിച്ചതു പോലെ തന്നെ നടക്കുന്നു. ചിലത് വിചാരിച്ചതുപോലെ നടക്കുന്നില്ല. ഒന്ന് വിജയവും മറ്റേതു തോൽവിയുമായി കണക്കാക്കുന്നു. തോൽവി എന്നുള്ളത് മനസ്സിനെ നോവിക്കുന്ന ഒന്നാണ്.
അതിൽ സംഭവിച്ച പിഴവുകളെ തിരിച്ചറിഞ്ഞു വേണ്ടുന്ന തിരുത്തലുകൾ വരുത്തി പൂർവാധികം മനസ്സാന്നിധ്യത്തോടെ ആത്മവിശ്വാസത്തോടെ മുന്നോട്ടു പോവുക.
എല്ലാ തിരിച്ചടികളും ജീവിത പാഠങ്ങൾ ആണെന്നും അതിൽ ജീവിത വിജയത്തിന്റെ വിത്തുകൾ മുള പൊട്ടാൻ തയ്യാറെടുത്തു ഒളിഞ്ഞിരിപ്പുണ്ടെന്നും മനസ്സിലാക്കുക.
അതിൽ മനം നൊന്തു പിന്മാറുന്നതിനു പകരം വർധിത വീര്യത്തോടെ ഒരു പടക്കുതിരയാവുക.
സന്തോഷത്തിന്റെയും സമാധാനത്തിന്റെയും പൂമൊട്ടുകൾ വിരിയാൻ അവസരം കൊടുക്കുക.
പുതിയതായി ലഭിച്ച ജീവിത പാഠങ്ങളോട് നന്ദിയുള്ളവരാകാം.
ഇതൊന്നും ഈ ലോകത്തു പുതുമയല്ല.
എല്ലാം ആവർത്തന വിധേയമാണ്.
പ്രപഞ്ചത്തിന്റെ പദ്ധതികൾ മാത്രമാണ്.
പ്രപഞ്ച നിയമങ്ങളെ ഉൾക്കൊള്ളുക, അനുസരിക്കുക.
അപ്പോൾ തോൽവിയിൽ ഒളിച്ചിരുന്ന സന്തോഷത്തെ കാണാനാകും.

വ്യക്തിഹത്യയും സ്വയം വിമർശനവും

വിമർശനം അതിന്റെ അതിരുകൾ കടന്നു
പോകാറുണ്ട് ചിലപ്പോൾ.
മറ്റൊരു വേഷപ്പകർച്ച. മറ്റൊരാളെ വിലകുറച്ചു
കണ്ട് കൊച്ചാക്കി സംസാരിക്കുന്ന രീതി.
അതൊരു വലിയ ക്രൈം തന്നെയാണ്. അത്
അയാളുടെ ആത്മവിശ്വാസത്തെയും
ആത്മാഭിമാനത്തേയും ചോദ്യം ചെയ്യുകയും
തകർത്തു കളയുകയും ചെയ്യും. അതോടെ അയാൾ
തോറ്റുപിന്മാറുകയാവും ചെയ്യുക.
വിമർശനങ്ങളും കുറ്റപ്പെടുത്തലുകളും ചെറുതാക്കലും
എല്ലാം തന്നെ നമ്മുടെ വാക്കുകളിലൂടെ പുറത്തേക്കു
വരാതിരിക്കാൻ ശ്രദ്ധിക്കുക.
അത് ബന്ധങ്ങളെ തകർക്കാൻ അനുവദിക്കരുത്.
സ്വയം വിമർശനം ഒരു പരിധി വരെ നമ്മുടെ
തന്നെ പിഴവുകളെ തിരിച്ചറിഞ്ഞു തിരുത്തി
ഈ യാത്ര സുഗമമാക്കാൻ സഹായിക്കുന്നു.
അതിനപ്പുറത്തേക്ക് പോകുന്ന വിമർശനങ്ങൾ
നമ്മെ തന്നെ നിരുത്സാഹപ്പെടുത്തുകയും
തീരുമാനങ്ങളെടുക്കാനാവാതെ ഉൾവലിയുകയും ചെയ്യും.
അതിനാൽ തന്നെ ഇടയ്ക്കിടയ്ക്ക്
ഒരു ആത്മപരിശോധനയ്ക്ക് വിധേയനാവുകയാണ് ഉത്തമം.

സ്നേഹം എന്ന അതീന്ദ്രിയ സംഗീതം

സ്നേഹം ഒരു വികാരം മാത്രമല്ല, അത് ഒരു വിശ്വസാഹിത്യവും സംഗീതവുമാണ്. സകല ജീവജാലങ്ങളെയും ഒരുമിപ്പിക്കുന്ന സനാതന സന്ദേശകാവ്യം. ഈ ലോകത്തിന്റെ നിലനിൽപ്പ് തന്നെ സ്നേഹം എന്ന അടിത്തറയിലാണ്പണിതിട്ടുള്ളതെന്നു മനസ്സിലാക്കാം. അവനവനോടുള്ള സ്നേഹത്തിൽ തുടങ്ങി പരസ്പര സ്നേഹം, സഹജീവി സ്നേഹം, സർവ ചരാചര സ്നേഹത്തിൽ എത്തുമ്പോൾ ഈ മനുഷ്യകുലത്തിൽ ജന്മമെടുക്കാൻ സാധിച്ചത് തന്നെ പുണ്യമാണെന്ന് മനസ്സിലാവും. സ്വയം സ്നേഹിക്കുമ്പോൾ അതു മറ്റുള്ളവരിലേക്ക് പകർന്നു കൊടുക്കാനും അവരുടെ തെറ്റുകുറ്റങ്ങളെ അനുകമ്പയോടെ കണ്ടു ക്ഷമിക്കാനും സാധിക്കുന്നു.

ഈ ഒരു വികാരം നമ്മിൽ വളർത്താൻ മാത്രമായിരുന്നു ചിലതെല്ലാം സംഭവിച്ചത് എന്നുള്ള തിരിച്ചറിവ് നമ്മിലേക്ക് എത്തുകയും ചെയ്യും. സ്നേഹത്തോടെയുള്ള ഒരു വാക്കിനു ഒരു ജീവനെ രക്ഷിച്ചെടുക്കാൻ സാധ്യമായേക്കാം. പരസ്പര സ്നേഹം, പരസ്പര വിശ്വാസവും പരസ്പര ബഹുമാനവും ബലപ്പെടുത്തും. ഈ ഭൂമി നമ്മുടേത് മാത്രമല്ല സകല ചരാചാരങ്ങൾക്കും അവകാശപ്പെട്ടതാണെന്നും ഐക്യത്തോടെയും

പരസ്പരപൂരകവുമാണെന്ന ധാരണയോടെയും
മുന്നോട്ടു പോകേണ്ടതാണെന്നും
മനസ്സിലാക്കുക.
ഈ ലോകം ശാന്തവും സുന്ദരവും
സമാധാനപരവുമായി വർത്തിക്കാൻ
സ്നേഹം എന്ന ഒറ്റ ഔഷധം മതിയാകും.

ദൃഢ പ്രസ്താവന അഥവാ ഉറച്ചതീരുമാനം (Assertiveness)

നമ്മുടെജീവിതവുമായി ബന്ധപ്പെട്ടു
കൃത്യമായ ഒരു നിലപാട്ചിന്തിച്ചുറപ്പിച്ചു വയ്ക്കുക
നമ്മുടെ തന്നെ ഉത്തരവാദിത്തമാണ്.
നമ്മെ പരിപോഷിപ്പിക്കേണ്ടത് നമ്മുടെ മാത്രം
കടമയും ഉത്തരവാദിത്തവുമാണെന്നിരിക്കെ
നമ്മുടെസംരക്ഷണവും നാം തന്നെ ഏറ്റെടുക്കണം.
പലപ്പോഴും മാനസിക വൈകാരിക ചൂഷണങ്ങൾക്ക്
വിധേയരായി പോകുമ്പോൾ വേണ്ട സമയങ്ങളിൽ
ഉറച്ച തീരുമാനത്തിൽ എത്തിച്ചേരാൻ കഴിയുന്നില്ല.
അനന്തരഫലമായി മാറ്റി നിർത്താമായിരുന്ന പല
കാര്യങ്ങൾക്കും കൂട്ടുനിൽക്കേണ്ടി വരികയും
അനിഷ്ടഫലങ്ങൾ സംഭവിക്കുകയും ചെയ്യുന്നു.
കൂടുതൽ പ്രാധാന്യം നമ്മുടെ ഇഷ്ടങ്ങൾക്കും
ആഗ്രഹങ്ങൾക്കും ആയിരിക്കണം വീട്ടിനകത്തായാലും
പുറത്തായാലും. മറ്റുള്ളവരുടെ ആശയങ്ങൾക്കും
ആഗ്രഹങ്ങൾക്കും ഒരു വിലങ്ങുതടി
ആവാതിരിക്കാൻ ശ്രദ്ധിക്കുക.
നന്മയാർന്ന പെരുമാറ്റ രീതിയും, വാക്കുകളും
തീരുമാനങ്ങൾക്ക് കൂടുതൽ ഉറപ്പ് നൽകും.
ജീവിത വിജയത്തിന് ഏതൊരവസരത്തിലും
ഉറച്ച തീരുമാനങ്ങൾ എടുക്കേണ്ടത് അത്യാവശ്യമാണ്.
സ്വയം നിർണയം, സ്വന്തം ആത്മവിശ്വാസവും ആത്മാഭിമാനവും
നിലനിർത്തിക്കൊണ്ട് മറ്റുള്ളവരുടെ കൂടി ബഹുമാനം
നേടാൻ ഇടയാക്കുകയും ചെയ്യും. ചുരുക്കി പറഞ്ഞാൽ
നാം ആർക്കും എതിരല്ല, പക്ഷേ നമ്മെ തന്നെ
സംരക്ഷിക്കുന്നു എന്നു മാത്രം.

നിന്റെ വിധി നീ തന്നെ തീരുമാനിക്കുക

പൊതുവെ നാം കേൾക്കാറുള്ളതും
പറയാറുള്ളതും ആയ ഒരു ചെറു വാക്യമാണ്
'എന്റെ വിധി എന്നുള്ളത്. നമ്മുടെ വിധി
തീരുമാനിക്കാൻ ആരെയാണ് ഏൽപ്പിച്ചിട്ടുള്ളത്?
തിരിച്ചറിയുക,
അതിനു സർവഥാ യോഗ്യൻ നാം ഓരോരുത്തരുമാണ്.
നമുക്ക് ലഭിച്ചിട്ടുള്ള തിരിച്ചറിവുകളിൽ
പലതും നഷ്ടപ്പെട്ടിട്ടുണ്ട്, ചിലതെല്ലാം മറന്നു
പോയിട്ടുമുണ്ട്. അതിലൊന്നാണ് ഈ ചിന്തയും.
അനുകൂലമായതിനെയും പ്രതികൂലമായതിനെയും
വേർതിരിച്ചറിയാതെ പ്രതികൂലമായതിനോടൊപ്പം
സഞ്ചരിച്ചുകൊണ്ടിരിക്കുന്നു. നെഗറ്റീവ്
ആയിട്ടുള്ള എല്ലാ ചിന്തകളും നെഗറ്റീവ് ആയ
അനുഭവങ്ങളായി തിരികെയെത്തുന്നു.
ചിന്തകളുടെ ആവർത്തനം മറ്റു
പല ചിന്തകളെയും കോർത്തിണക്കി
ഒരു ശൃംഖല തന്നെയുണ്ടാക്കുന്നു.
എല്ലാം തിക്തമായ അനുഭവങ്ങൾ
മാത്രമായി തീരുന്നു. ഇതാണല്ലോ നാം
വിധി എന്ന പേരിട്ടു വിളിച്ചു കൊണ്ട് സ്വന്തം
കൈകഴുകുന്ന രീതി. ഇതിൽ
ആരാണ് വില്ലൻ? സ്വയം ചോദിക്കുക.
എന്റെ വിധി ഞാൻ സ്വയം തെരഞ്ഞെടുക്കും.
ഈ ലോകം എന്റേത് കൂടിയാണ്.

മാറ്റാനോ നിയന്ത്രിക്കാനോ കഴിയില്ല.
നാം സ്വയം തിരിച്ചറിയുകയും തന്നിൽ തന്നെ
മാറ്റങ്ങൾ വരുത്തുകയും ചെയ്യുക.
സ്വയം sensitive ആണ് എന്നു മനസ്സിലാക്കുകയും
പല അവസരങ്ങളിലും അതിനെ ചോദ്യം
ചെയ്യുകയും വേണം. സ്വയം സംരക്ഷിക്കേണ്ടത്
സ്വന്തം ഉത്തരവാദിത്തമാണ്.
കൂടുതൽ sensitive ആയ ഒരാളിലേക്ക്
കൂടുതലായി വിഷമങ്ങൾ എത്തിച്ചേരും.
മറ്റുള്ളവരോട് കരുണയുംകരുതലും
സ്നേഹവും നിലനിർത്തിക്കൊണ്ട് തന്നെ
കൂടുതൽ സെൻസിറ്റീവ് ആകാതിരിക്കാനും
ശ്രദ്ധിക്കുക.

സ്വാതന്ത്ര്യമാണ് ഏറ്റവും ബൃഹത്തായ സന്തോഷം

ജീവിതത്തിൽ സന്തോഷം
കണ്ടെത്തിക്കഴിഞ്ഞാൽ സ്വർഗം
ഇവിടെത്തന്നെയാണെന്ന് മനസ്സിലാകും.
സന്തോഷം വ്യക്തിപരമാണ്.
ജനിച്ചു വീണപ്പോൾ എത്രത്തോളം
സന്തോഷവാനായിരുന്നു ആ കുഞ്ഞ്.
പുതിയ കാഴ്ചകൾ, കേൾവികൾ, പുതിയ
അറിവുകൾ എല്ലാം എത്ര സന്തോഷത്തോ
ടെയാണ് സ്വീകരിച്ചത്?
ആ കുഞ്ഞ് ഇപ്പോൾ എവിടെയാണ്?
ജനിച്ച നിമിഷം മുതൽ
സന്തോഷത്തിന്റെ എല്ലാ
വിത്തുകളും മുളച്ചിട്ടുണ്ടായിരുന്നു.
വളരുന്തോറും നാം
അതിനെ ശ്രദ്ധിക്കാതെയായി.
ശരീരം കൂടുതൽ വളർന്നെങ്കിലും
ഉള്ളിലുള്ള സന്തോഷത്തിന്റെ
കുഞ്ഞു ചെടികളെ വളർത്താൻ
മറന്നു പോയി. കുറെ കഴിഞ്ഞപ്പോൾ
കളഞ്ഞു പോയി എന്നു തെറ്റിദ്ധരിച്ചു
പരതി നടക്കുകയാണിപ്പോൾ.
ഒന്നേ പറയാനുള്ളൂ, സ്വന്തം ഉള്ളിലേക്ക്
തിരിഞ്ഞു നോക്കുക. അതവിടെ തന്നെയുണ്ട്.
വീണ്ടും ഒരു തിരിച്ചറിവിലൂടെ,

കൊച്ചു കൊച്ചു സന്തോഷങ്ങളിലൂടെ,
പുനർനിർമിച്ചെടുക്കുക.

സന്തോഷത്തിന്റെ താക്കോൽ തേടി
ആരും അലയേണ്ടതില്ല.
സ്വാതന്ത്ര്യമാണ് ഏറ്റവും വലിയ സന്തോഷം.
രക്തത്തിൽ അലിഞ്ഞു ചേർന്ന സന്തോഷം.
സ്നേഹമെന്ന വാക്കിൽ പോലുമുണ്ട്
സന്തോഷത്തിന്റെ ഊർജം.കരുതൽ, ദയ,
കരുണ ഇവ എല്ലാം തന്നെ സ്നേഹം
എന്ന വികാരത്തിൽ നിന്നുമാണ്
ഉത്ഭവിക്കുന്നത്.
സ്നേഹം പങ്കു വെയ്ക്കാനുള്ളതാണ്.
അനുസ്യൂതം
സ്വതന്ത്രമായി ഒഴുകി നിറയേണ്ട ഒന്ന്.
ഉപാധികളില്ലാതെ സംഭവിക്കേണ്ടതായ ഒന്ന്.
അതിനു പരിധികളില്ല.
അമൂർത്തമായ സ്വാതന്ത്ര്യം.
സ്നേഹിക്കാനും സ്നേഹിക്കപ്പെടാനും
എല്ലാവർക്കും സ്വാതന്ത്ര്യമുണ്ട്.
എല്ലാവരും അതിനർഹരുമാണ്.
സ്വാതന്ത്ര്യം തന്നെയാണ് അമൃതം.

ഭൂതകാലത്തിന്റെ ഭരണം അവസാനിപ്പിക്കുക

നാം മിക്കവാറും എല്ലാ കാര്യങ്ങളും പ്രത്യേകിച്ച് ദുരനുഭവങ്ങൾ കടന്നുപോയ കാലവുമായി കൂട്ടിയിണക്കിയാണ് ചിന്തിക്കാറുള്ളത്. അത് തലമുറകളായി പങ്കുവയ്ക്കപ്പെടുന്നുണ്ട്. ഭൂതകാലം നമ്മെ ഭരിക്കാൻ അനുവദിക്കുന്ന നിമിഷം മുതൽ നാം അതിന്റെ സ്വാധീനത്തിൽ അകപ്പെടുകയാണ് എന്ന തിരിച്ചറിവ് ഉൾക്കൊള്ളുക. ഇന്നലെയുടെ ഭാരം ചുമക്കുന്ന മനസ്സിന് ഇന്ന് എന്താണ് എന്നതിനേക്കാൾ പഴയ സങ്കടങ്ങളോട് ചേർന്ന് നിൽക്കാനാണ് തോന്നുക. ഇതു ആവർത്തിക്കുന്നു ഓരോ ദിസവും. ഇന്ന് എന്ന ഒരു ദിനം അവർക്കില്ലാതാവുന്നു. അവരുടെ മനസ്സുകളിൽ ഇന്നലെകൾ മാത്രമാണുണ്ടാവുക. അതിനെ തരണം ചെയ്തേ പറ്റൂ.അത് സാധ്യമാകണമെങ്കിൽ ഓരോ ദുരനുഭവങ്ങളെ ക്കുറിച്ചുള്ള ചിന്തയും ബോധപൂർവം അൽപ സമയം മാറ്റിവാക്കുകയും അതിനെ വിട്ടുകളയാൻ തീരുമാനിക്കുകയും ചെയ്യുക.ഏറ്റവും വേഗത്തിൽ നമ്മുടെ മനസ്സിനെ നിയന്ത്രണത്തിലാക്കുക. നടന്നു കഴിഞ്ഞ കാര്യങ്ങളെ/വ്യക്തികളെ അവർ എങ്ങനെയാണോ അങ്ങനെ അംഗീകരിക്കുകയും മാപ്പു നൽകി വിടുതൽകൊടുക്കുകയും വേണം. അവനവനെത്തന്നെ കൂടുതലായി സ്നേഹിക്കുക. അപ്പോൾ എല്ലാം തന്നെ ഒരു സാക്ഷിയായി മാത്രം

നിലകൊണ്ട് ദുഃഖഭാവങ്ങളെ ഏറ്റെടുക്കാതിരിക്കാനും സാധിക്കും.ഇരയായി മാറാനും ദുഖിക്കാനും തീരുമാനിക്കുന്നത് നാം തന്നെയല്ലേ? അത് പോലെ ഇരയല്ല ഞാൻ പകരം വിജയിയാകണം എന്നു തീരുമാനിക്കാനും
നമുക്ക് സാധിക്കും.കഴിഞ്ഞു പോയ ഒന്നിനും ഇന്നിന്റെ പ്രാധാന്യത്തെ കുറയ്ക്കാൻ ഇടവരരുത്.

ഞാൻ വിജയിക്കാനായി മാത്രം ജനിച്ചവനാണ്/ജനിച്ചവളാണ്

മറ്റേതൊരു ജന്തുജാലങ്ങളെയും പോലെ
തന്നെയാണ് മനുഷ്യനും ജനിക്കുന്നതും
ഈ ഭൂമിയുടെ അവകാശിയാകുന്നതും.
ഓരോ കുഞ്ഞും ഓരോരോ പ്രത്യേകതകളോടും
സവിശേഷമായ അറിവുകളോടും കൂടി
അവതരിപ്പിക്കപ്പെടുന്നു, ഈ ഭൂമിയിൽ.
ഒന്നാമതായി ഓടിയെത്തി അമ്മയുടെ
ഉദരത്തിൽ ഉരുവം ചെയ്ത നിമിഷം മുതൽ
തികച്ചും വിജയി ആയിരുന്നു, ആകുഞ്ഞ്.
കാലം കടന്ന് പോകെ, പല സാഹചര്യങ്ങളും
അവനെ പുറകോട്ടു വലിച്ചിട്ടുണ്ടാകാം.
അവൻ രണ്ടാമനോ അതിലും
താഴത്തെ തട്ടിലോ അഥവാ ആ വരിയുടെ
അവസാനത്തിലുള്ള ആളായോ
മാറിയിട്ടുണ്ടാകാം.അപ്പോഴും തന്റെ
തുടക്കം ഒന്നാമനായിട്ടായിരുന്നു
എന്നൊരു തിരിച്ചറിവിലൂടെ വീണ്ടും
ആ ഒന്നാം സ്ഥാനം
നേടിയെടുക്കാനും നിലനിർത്താനും
സാധിക്കും.എല്ലാം ഓരോരോ
തിരിച്ചറിവുകളിലൂടെ സാധ്യമാണെന്നുള്ളതാണ്
വസ്തുത. ആത്മവിശ്വാസം തിരമാലകൾ
പോലെയാണ്. നിരന്തരമായ സ്വയം
പരിശീലനത്തിലൂടെ, അതിനു വേണ്ടുന്ന

ദൃഢ പ്രതിജ്ഞകൾ സ്വീകരിച്ചു,
അതിനെ ധ്യാനിച്ചു അവനവനെ തന്നെ
ബോധ്യപ്പെടുത്തുക,ഞാൻ വിജയി ആണ് എന്ന്.
ഏതൊരു കാര്യത്തിലും അത് വിപരീത
തലത്തിലാണ് സംഭവിച്ചിട്ടുള്ളതെങ്കിൽപ്പോലും
അതിനെയും വിജയിയായ ഒരു
മനോഭാവത്തിലൂടെ തിരിച്ചറിയുക.
അവിടെ വിജയം മാത്രമേയുള്ളു.
എപ്പോഴും മനസ്സിനോട് ചേർത്തു വായിക്കുക,
ഞാൻ അനുഗ്രഹീതനും വിജയിയുമാണെന്ന്.

ജീവിതം എന്ന മഹാസത്യം

മനുഷ്യ ജന്മം ലഭിക്കുക അപൂർവ
ഭാഗ്യമായാണ്കരുതപ്പെടുന്നത്.
അനേക കോടി ജീവജാലങ്ങളിൽ
ഒന്നായി പിറവിയെടുക്കുമ്പോഴും
സവിശേഷ രൂപഭാവങ്ങളോടും
വിശേഷ ബുദ്ധിയോടും
കൂടി ജീവനെയും ജീവിതത്തെയും
പരിപോഷിപ്പിക്കാനാവും വിധം
ക്രമീകരിച്ചാണ് മനുഷ്യ ജന്മം
രൂപം കൊള്ളുന്നത്.
ജന്മവാസനകളായും ആർജിത
അറിവുകളായും മനുഷ്യനിലേക്കെത്തുന്ന
നിർലോഭമായ അനുഗ്രഹവർഷത്തിൽ
ആനന്ദിക്കുക. ഈ പ്രപഞ്ചത്തിനോടും
സകല ചരാചാരങ്ങളോടും വിനീതരായി
നന്ദിയോടെ ജീവിതത്തെ കാണുകയും
ആസ്വദിക്കുകയുമാണ് വേണ്ടത്.
ജീവിതത്തിൽ നേരിടേണ്ടി വരുന്ന
വിവിധ സാഹചര്യങ്ങളെയും അനുഭവങ്ങളെയും
നല്ലതായാലും മോശമായാലും
അതേപോലെ സ്വീകരിക്കാൻ തയ്യാറാവുക.
നല്ലതെല്ലാം ആസ്വദിക്കുക. മോശമായതിൽ
നിന്നും പുതിയപാഠങ്ങൾ പഠിക്കുകയും
തിരുത്തലുകൾ വരുത്തി മുന്നോട്ടു പോവുകയും
ചെയ്യുക. നമ്മുടെ മാത്രം ചിന്തകളിൽ നിന്നും
പ്രവൃത്തികളിൽ നിന്നും ഉരുത്തിരിഞ്ഞു വരുന്ന

അനുഭവങ്ങൾ നാം തന്നെ നമുക്ക് വേണ്ടി കരുതി
വച്ചതാണെന്ന് തിരിച്ചറിയുക.
അതു മറ്റാരുടെയോ സംഭവനയല്ല.
ഈശ്വരന്റെ ശാപവുമല്ല.
എല്ലാം നന്മയിലേക്കുള്ള വഴിയും പാഠങ്ങളും മാത്രമാണ്.

നന്ദിയുടെ മഹത്വം

ഈ പ്രപഞ്ചത്തിന് ഒരു താളവും
ലയവുമുണ്ട്. അനിവാര്യമായ പ്രപഞ്ചനീതിയും
നിയമങ്ങളുമുണ്ട്. ഈ ഭൂമുഖത്ത്
നിലനിൽക്കണമെങ്കിൽ ഈ പ്രപഞ്ച
സത്യങ്ങളെ അംഗീകരിക്കുകയും
അനുസരിക്കുകയും വേണം.
നമ്മുടെ നിലനില്പിനാധാരമായ
ശുദ്ധവായുവും വെള്ളവും വെളിച്ചവും,
വാസയോഗ്യമായ ഇടങ്ങളും യാതൊരു
ഉപാധികളും കൂടാതെ നമ്മിലേക്ക്
എത്തിക്കുന്ന ഈ മഹാപ്രപഞ്ചത്തിനോട്
എത്രത്തോളം നന്ദിയുള്ളവരായിരുന്നാൽ
മതിയാകും?
ഓരോ ശ്വാസവും നന്ദിയോടെ മാത്രം
സ്വീകരിക്കുക.അതുപോലെ എല്ലാം
സമൃദ്ധമായി നൽകി നമ്മുടെ
സന്തുഷ്ടിയും ക്ഷേമവും ഉറപ്പ് വരുത്തുന്ന
ഏതൊന്നിനോടും നന്ദിയുള്ളവരായിരിക്കുക.
ജീവിതാവസാനം വരെ നമ്മോടൊപ്പം
സന്തതസാഹചാരിയായിട്ടുള്ള സ്വന്തം
ശരീരവും, സഹവസിക്കുന്ന മനുഷ്യരും,
പക്ഷിമൃഗാദികളും ജീവജാലങ്ങളും
അന്യോന്യം നന്ദിയും കരുതലും കടപ്പാടും
അർഹിക്കുന്നു.നന്ദിയോടെ ജീവിക്കാൻ
സാധിക്കുക പുണ്യമാണ്.
നന്ദിയുടെ മനോഭാവത്തോടെ സമീപിക്കുന്ന
ഏതൊരാഗ്രഹവുംഅനുകൂലമായി വരിക തന്നെ ചെയ്യും.

സമൃദ്ധമായ സന്തോഷം

സ്വന്തം ചിന്തകളിൽ സ്വയം
അനുഗ്രഹീതാരാവുക.
ആ ചിന്താധാരകൾ മറ്റുള്ളവരിലേക്ക്
നിറഞ്ഞൊഴുകാൻ അനുവദിക്കുക.
ജീവിതത്തിന്റെ അടിസ്ഥാനം
സന്തോഷഭരിതവും സ്നേഹത്തിൽ
അധിഷ്ഠിതവുമാകുമ്പോൾ
ആരോഗ്യവും സമാധാനവും
സമ്പത്തും സമൃദ്ധിയും
കൂടെ വരും. ഈ പ്രപഞ്ചശക്തിക്കു
മുന്നിൽ വിനയാന്വിതനാവുക.
ആ അനുഗ്രഹവർഷം സ്വീകരിക്കുക.
എല്ലാവിധത്തിലുമുള്ള ചിന്തകളും
അനുഭവങ്ങളുമായി ഇഴചേർന്നിരിക്കുന്നു.
അന്യോന്യം ആകർഷിക്കപ്പെടുന്നു.
പ്രപഞ്ചത്തിന്റെ ആകർഷണ
നിയമത്തിനുവിധേയമാണ് സകല
ചരാചരങ്ങളും ഈ ഭൂമി തന്നെയും.

നമുക്കായ് ഈ നിമിഷം മാത്രം

ഈ നിമിഷം നമുക്ക് മാത്രമായിട്ടുള്ളതാണ്.
ഈ നിമിഷം മാത്രമേ നമ്മുടേതായിട്ടുള്ളു
എന്ന തിരിച്ചറിവ് തന്നെ ജീവിതത്തിൽ
ഏത് നിമിഷവും സന്തോഷഭരിതമായിരിക്കാൻ
സഹായിക്കും.
ഇതൊന്നുമല്ല ഇവിടെ സംഭവിക്കുന്നത്.
നിറവേറ്റപ്പെടാത്ത കുറെ സ്വപ്നങ്ങളുടെ
ഭാണ്ഡക്കെട്ടുകളും ചുമന്നു നിരാശയും
വിദ്വേഷവും നഷ്ടബോധവുംകൊണ്ടു
നടക്കും.കൈവിട്ടുപോയതും അറിയാതെ
പോയതും അങ്ങനെ പലതും തൂക്കി
നോക്കികൊണ്ടിരിക്കും.എന്നിട്ടോ?
കൺമുന്നിലുള്ള ഇന്നിനെ, ഈ നിമിഷത്തെ
അവഗണിച്ചു ഭൂതകാലത്തിനെ പ്രണയിച്ചു
കൊണ്ടിരിക്കും.ചിലരാകട്ടെ,ഇപ്പോൾ
എവിടെയാണ് ജീവിക്കുന്നതെന്നു
പോലും ചിന്തിക്കാതെ ഇന്നിനെ മറന്നു,
ഇന്നിന്റെ ഉത്തരവാദിത്തങ്ങളെയും അതിന്റെ
മനോഹാരിതയെയും അകറ്റിനിർത്തി
ഇനിയും എത്തിച്ചേരാത്ത, യാതൊരുറപ്പും ഇല്ലാത്ത
നാളേക്ക് വേണ്ടി കാത്തിരിക്കുന്നു.
ഫലമോ? ഇന്നലെകളുടെ നഷ്ടങ്ങളും
നാളെയുടെ കാത്തിരിപ്പും ജീവിതം
ദുസ്സഹമാക്കുന്നു.ജീവനോടെയും
ആരോഗ്യത്തോടെയും ഇരിക്കുന്ന
ഈ സമയം നമ്മെത്തന്നെയും

പരസ്പരവും സ്നേഹിക്കാൻ മറന്നു പോകുന്നു.
ഇന്നിന്റെ മഹത്വം തിരിച്ചറിയാത്തവർ ജീവിക്കാൻ
തന്നെ മറന്നു പോകുന്നു.
ജീവിതത്തിന്റെ സായന്തനങ്ങളിൽ
കുറുകിക്കൊണ്ടിരിക്കേണ്ടതായും വരുന്നു.
ഓരോ നിമിഷവും വിലപ്പെട്ടതാണ്.
കഴിഞ്ഞു പോയതെല്ലാം
വെറും കഥകൾ മാത്രം.
വരാനുള്ളതിനെക്കുറിച്ച് ചില
അഭ്യൂഹങ്ങളെയുള്ളു.
ജീവിക്കുക, എല്ലാ നന്മയോടും,
സന്തോഷത്തോടും സമ്പന്നതയോടും
കൂടി ഈനിമിഷത്തെ പ്രണയിക്കുക.

ആത്മാഭിമാനം

ഓരോ കുഞ്ഞും പറന്നിറങ്ങുന്നത്
ആത്മാഭിമാനത്തിന്റെ ചിറകിലേറി
ആഹ്ലാദാരവങ്ങൾക്കിടയിലേക്കാണ്.
പലവിധ പ്രതിബന്ധങ്ങളെ
തട്ടിയകറ്റിയും തോൽപിച്ചും ഒരു
ജേതാവിന്റെ ആത്മാഭിമാനത്തോടെ,
ആത്മവിശ്വാസത്തോടെ, ധീരനായാണ്
കടന്ന് വരുന്നത്.
ചുരുട്ടിപ്പിടിച്ച മുഷ്ടിയിൽ ഇതെല്ലാം
ചേർത്തു വച്ചിട്ടുണ്ട്.
ഇഹലോകത്തിന്റെ കന്നംതിരിവുകളിൽ
ഓരോന്നായി നഷ്ടപ്പെടുന്നു എന്നു മാത്രം.
അപ്പോൾ സന്തോഷവും സൗഭാഗ്യവും
കാണികൾ മാത്രമാകുന്നു.
സ്വയം നിഷ്ക്രിയനും നിരാശ്രയനുമാണെന്ന്
തെറ്റിദ്ധരിക്കുന്നു.എപ്പോൾ നാം സ്വയം
തിരിച്ചറിഞ്ഞു അവനവനെ
സ്നേഹിക്കാൻ തുടങ്ങുന്നുവോ
അപ്പോൾ മുതൽ നഷ്ടപ്പെട്ടെന്ന് കരുതിയ
ആത്മാഭിമാനവും ആത്മവിശ്വാസവും
തിരികെയെത്തും.
മറ്റാരുടെയോ കയ്യിൽ ഏല്പിച്ചിരുന്ന
സന്തോഷത്തിന്റെ
താക്കോൽ തിരിച്ചെടുത്തു ജീവിതം

ആഘോഷമാക്കാൻ തീരുമാനിക്കുകയും
ചെയ്യും. ഞാൻ എന്ന ഈ വ്യക്തിയും
അഭിമാനത്തോടെ സന്തോഷത്തോടെ
ജീവിക്കാനുള്ള ഒരിടത്തിനു സർവ്വഥാ
യോഗ്യനും അവകാശിയുമാണെന്നുള്ള
ബോധവും ബോധ്യവും ധൈര്യവും
നമ്മെ ഊർജസ്വലരായ വ്യക്തികളാക്കി
മാറ്റുന്നു.
ആത്മാഭിമാനത്തിനെ
മുറിപ്പെടുത്തുന്ന സന്ദർഭങ്ങളെ
എങ്ങനെ കൈകാര്യം
ചെയ്യണമെന്ന് മനസ്സിലാക്കുകയും
നോവിക്കാൻ
ആരെയും അനുവദിക്കുകയില്ല
എന്നു തീരുമാനിക്കുകയും
ചെയ്യും. അതുപോലെ ആരെയും
വേദനിപ്പിക്കാനും മുതിരുകയില്ല.

സ്വയം സ്നേഹിക്കുക

ഒരിക്കലും വിട്ടുപിരിയാത്ത ഏറ്റവും
അടുപ്പമുള്ള ഒരേയൊരു സുഹൃത്തും
വഴികാട്ടിയുമായി സ്വയം മാറുക.
സ്വയം സ്നേഹിക്കുക. മഹത്തരമായ
ഒരു തിരിച്ചറിവ്.സ്വയം ത്യജിച്ചും മറ്റുള്ളവർക്ക്
വേണ്ടിയാവണം ജീവിതം എന്നു തെറ്റിദ്ധരിച്ചു
കഴിഞ്ഞു പോരുന്ന ഒരു പറ്റം ആളുകളുണ്ട്.
തനിക്കായി ഒന്നും നീക്കി വക്കാതെ മറ്റുള്ളവർക്ക്
കൊടുക്കുകയും അവരുടെ സന്തോഷങ്ങൾക്കും
സമാധാനത്തിനും ആവണം കൂടുതൽ പ്രാധാന്യം
എന്നു ചിന്തിക്കുകയും അതിനായി പ്രവർത്തിക്കുകയും
ചെയ്യുന്നു. സ്വയം സ്നേഹിക്കപ്പെടാത്ത ഇടങ്ങളിൽ
കൂട്ടുകൂടാൻ പലവിധ ദുഃഖങ്ങൾ കടന്ന് വരും.
സ്വയം സ്നേഹിക്കാത്ത ഒരാൾക്ക് വേറൊരാളെ എങ്ങനെ
സ്നേഹിക്കാൻ കഴിയും?
സ്വയം സ്നേഹിക്കുകയും ബഹുമാനിക്കുകയും
ചെയ്യുമ്പോൾ ദുഖങ്ങളും വിവിധങ്ങളായ മാനസിക
ശാരീരിക പ്രശ്നങ്ങളും ഒരു പരിധി
വരെ മാറിനിൽക്കുമെന്നും അറിയുക.

വിജയം നമ്മെ തേടി വരുമോ?

ഓരോ മനുഷ്യനും പല ആഗ്രഹങ്ങളുമായി ജീവിക്കുന്നവരാണ്. തീവ്രമായ ആഗ്രഹങ്ങൾ ഉള്ളവർ അത് നേടിയെടുക്കുന്നു. ആ നേട്ടത്തിന് പിന്നിൽ അവരുടെ കാഴ്ചപ്പാടും ദൃഢനിശ്ചയവും ആത്മവിശ്വാസത്തോടെയുള്ള നടപടികളും സഹായകരമായി മാറിയതായി കാണാം. അനുയോജ്യമായ പ്രവർത്തനങ്ങളിലൂടെ നേട്ടങ്ങൾ കൈവരിക്കുമ്പോഴാണ് യഥാർത്ഥ വിജയി ആകുന്നത്. വിജയം അകലെ നിന്നു കാണേണ്ട ഒന്നല്ല.മറിച്ച് വേണ്ട സമയത്ത്ആവശ്യമുള്ള നടപടികൾ എടുത്തുകൊണ്ട് വിജയത്തിലേക്കുള്ള പാതയിലൂടെ സഞ്ചരിക്കാൻ ശ്രമിക്കുമ്പോൾ വിജയപീഠത്തിൽ എത്തിച്ചേരും.ആഗ്രഹിച്ചത് കൊണ്ട് മാത്രം ഒരു വിജയവും നമ്മെ തേടി വരില്ല. നമ്മുടെ ചിന്തകൾ എത്ര ദൂരം വേണമെങ്കിലും തുടർന്നു കൊണ്ടുപോകാൻ നമുക്കാവും. പക്ഷെ ഒരു പ്രവൃത്തി അതിൽ നിന്ന് സംഭവിക്കണമെങ്കിൽ ധൈര്യപൂർവം ചിന്തയിൽ നിന്ന് ഉണർന്നെണീറ്റേ പറ്റൂ. വിളക്ക് തെളിയണമെങ്കിൽ വിളക്കിൽ എണ്ണയും തിരിയും മാത്രം പോരാ, ആ വ്യക്തി തീപ്പെട്ടി ഉരച്ചു അഗ്നി പകരണം. തെളിഞ്ഞു കത്തിക്കൊണ്ടിരിക്കാൻ അതിൽ വീണ്ടും വീണ്ടും എണ്ണ പകരുകയുംതിരി മുന്നോട്ടു നീട്ടി വെക്കുകയും വേണം. ഏതൊരു ആഗ്രഹവും ലക്ഷ്യത്തിലേക്കു എത്തണമെങ്കിൽ നാം തന്നെ അതിനു വേണ്ടിയുള്ള പ്രവർത്തനങ്ങൾ ചെയ്തിരിക്കണം, ലക്ഷ്യം കാണുന്നത് വരെ.അതിനുള്ള മനശക്തി പോസിറ്റീവ് ദൃഢ പ്രതിജ്ഞയിലൂടെയും

ധ്യാനത്തിലൂടെയും മറ്റു പല സഹായകരമായ tools & techniques ഉപയോഗപ്പെടുത്തിയും നേടാവുന്നതേയുള്ളു.ഒപ്പം ഏറ്റവും അത്യാവശ്യമായ എല്ലാ പ്രവർത്തനങ്ങളും ഒന്നുപോലും നീട്ടിവെക്കാതെ ചെയ്തിരിക്കണം.

വിജയം നമ്മോടൊപ്പം തന്നെ..

ആവേശഭരിതമായ ജീവിതം

ഈ മനോഹരമായ ഭൂമിയിൽ മനുഷ്യ
ജന്മമെടുത്തു ജനിക്കാനായതിനും
ജീവിച്ചുകൊണ്ടിരിക്കുന്നതിനും
സർവേശ്വരനോടും ഈ
പ്രപഞ്ചത്തോടും നന്ദി പറയുക.
ആവേശത്തോടെ ചെയ്യുന്ന ഓരോ
പ്രവൃത്തിയും ചിന്തയും ജീവിത
വിജയത്തിലേക്കുള്ള മികച്ച വഴികൾ
തുറന്നു തരുന്നു. തികഞ്ഞ യാഥാർത്ഥ്യ
ബോധത്തോടെ പുതുവഴികളിൽ
എത്തിപ്പെടാൻ സഹായകരവുമാകുന്നു.
അതിനാൽ ജീവിതത്തോടുള്ള അഭിനിവേശവും
ആവേശവും ജീവിതത്തിലുടനീളം
കാത്തു സൂക്ഷിക്കുക. ഏത് വൈതരണികളും
ചാടിക്കടക്കാൻ ഇതു നമ്മെ സഹായിക്കും
കണ്ണുകൾകൊണ്ട് കണ്ടും കാതുകൾ
കൊണ്ടു കേട്ടും തലച്ചോറ് കൊണ്ടു
തിരിച്ചറിവ് നേടിയും
ഹൃദയംകൊണ്ടു സ്നേഹം പകർന്നും
സ്വീകരിച്ചും ആത്മവിശ്വാസത്തോടും
ആവേശത്തോടും ജീവിതം
സഫലമാക്കാൻ എല്ലാവർക്കും സാധ്യമാകട്ടെ.

വിമർശനം അകത്തുനിന്നും പുറത്തുനിന്നും

നാം പല ദിവസങ്ങളിലും പല വിഷയങ്ങളിലായി അമർഷവും സങ്കടവുംകൊണ്ട് വേവലാതിപ്പെടാറുണ്ട്. അതിൽത്തന്നെ ഏറ്റവും കൂടുതൽ അലോസരപ്പെടുത്തുന്ന ഒന്നാണ് നിശിത വിമർശനം. അകത്തു നിന്നും പുറത്തു നിന്നുമുള്ള വിമർശനങ്ങൾ എപ്രകാരം ദോഷകരമായും ചിലത് ഊർജദായകമായും പ്രവർത്തിക്കുന്നു എന്നു നോക്കുക. ചിലത് നമ്മുടെ പിഴവുകളെ ചൂണ്ടിക്കാണിച്ചു നമ്മെ ആത്മ പരിശോധനയിലൂടെ നന്മയിലേക്കും പുരോഗതിയിലേക്കും ഉയർത്താനുള്ള സദുദ്ദേശപരമായ വിമർശനം.നമ്മുടെ ഉള്ളിൽ നിന്നും നമ്മുടെ അഭ്യുദയകാംക്ഷിയുടെ ഉള്ളിൽ നിന്നും അങ്ങനെ ചിലത് പുറപ്പെടാറുണ്ട്.അതേ സമയം മനപ്പൂർവമായുള്ള വിമർശനങ്ങളെ തിരിച്ചറിയുക. പുറമെ നിന്ന് ഉള്ളതിനെ പൂർണമായും അവഗണിക്കുക. അതിൽ മുഴുകി നിരാശയും ദുഃഖവും കൊണ്ട് നടക്കേണ്ടതില്ല. പക്ഷേ നമ്മുടെ ഉള്ളിൽത്തന്നെയുള്ള സ്വയം വിമർശനം അതിരുകടക്കാൻ സമ്മതിക്കരുത്. അത് പല നിഷേധാത്മക സാഹചര്യങ്ങളും നമ്മിലേക്ക് എത്തിക്കാൻ പര്യാപ്തമാണ്. അതിന്റെ ഇരയായി മാറരുത്. അവിടെയെല്ലാം ഒരു മറുമരുന്ന് ഉപയോഗിക്കേണ്ടതാണ്. ഓരോ വഴിതെറ്റിക്കുന്ന സ്വയം വിമർശനങ്ങളുടെയും കൂടെപ്പോകാതിരിക്കുക. ഒരു സാക്ഷിയായി മാറിക്കൊണ്ട് സ്വയം വിലയിരുത്തുക. എപ്പോഴും വിജയിയുടെ ചിന്താകിരീടം അണിയുക.

ക്ഷമിക്കുക, വിട്ടുകൊടുക്കുക

ഓരോ വ്യക്തിയുടെയും ജീവിതം
വ്യത്യസ്തമാണ്. അവർ വിഭിന്നമായ
കാഴ്ചപ്പാടുകളുടെയും മനോഭാവങ്ങളുടെയും
ഉടമകളാണ്.ചിന്താരീതികളും വിഭിന്നം.
ഒരാളുടെ സംസാരത്തിലും പെരുമാറ്റത്തിലും
നമ്മെ വേദനിപ്പിക്കുന്ന ചിലതുണ്ടാകാം.
ചിലത് വല്ലാതെമുറിപ്പെടുന്നതുമായിരിക്കും.
ചിലർ നാം മനസ്സിൽ നിരൂപിക്കാത്തത്
പോലും ആരോപിച്ചെന്നിരിക്കും.
അതിനെയെല്ലാം അതേപടി മനസ്സിലേക്കെടുത്ത്
സ്വയം ഉരുകേണ്ട ആവശ്യമില്ല.
ഓരോരുത്തരുടെ കാഴ്ചപ്പാടുകളും മാനസികാവസ്ഥ
യും അനുസരിച്ചാണ് അവരിലും ചിന്തകൾ
രൂപം കൊള്ളുന്നത്. നാം നമ്മുടെ തന്നെ
മനസ്സമാധാനത്തിനും സന്തോഷത്തിനും
അഭിവൃദ്ധിക്കും ഉതകുന്നചിന്തകളും
പെരുമാറ്റങ്ങളും മാത്രം തുടർന്നുപോവുക..
ഒരിക്കലും ദേഷ്യവും വെറുപ്പും വൈരാഗ്യവും
ഉള്ളിൽ ചുമന്ന് കൊണ്ട് നടക്കരുത്.
അതൊരു പരിഹാര മാർഗമല്ല. കനൽക്കട്ടകൾ
ഉള്ളങ്കയ്യിൽ സൂക്ഷിക്കുന്നത് പോലെയാവും അത്.
അതുകൊണ്ട് ഏറ്റവും ഉചിതമായ നിർദ്ധാരണ
രീതിയായി, നിരുപാധികം ഓരോന്നും
വിട്ടുകൊടുത്തുകൊണ്ട് അവരോടു
ക്ഷമിക്കുകയും അവരെ മനസ്സിൽ ചേർത്തു
നിർത്തുകയാണ് വേണ്ടത്.
ആ മനോഭാവം തുടർന്നു കൊണ്ടിരിക്കുക.
ആത്യന്തികമായി
നാം സ്വതന്ത്രരാവുകയും ചെയ്യും.

നന്ദിയുടെ നേർ സാക്ഷ്യം

എന്റെ അനുഭവം പറയട്ടെ.
തീരെ ആരോഗ്യമില്ലാത്ത ഒരു കുഞ്ഞായി
ജനിച്ച എന്നെ എന്റെ വീട്ടുകാർ വളരെ
കരുതലോടെ വളർത്തി.എനിക്ക്
എന്തെങ്കിലും അസുഖം വരുമെന്ന് പേടിച്ചു.
ഞാനും സ്വയം വിശ്വസിച്ചു,
ഞാനൊരു അസുഖക്കാരിയാണെന്ന്.
എന്നും എന്തെങ്കിലും അസുഖത്തേക്കുറിച്ച്
പറയാനുണ്ടാകും. കാര്യമായ ഒരസുഖവും
കണ്ടുപിടിക്കപ്പെട്ടില്ല.എങ്കിലും ഞാൻ വേദനകളുടെ
ഇടയിൽ തന്നെയായിരുന്നു..
ശരീരം ശോഷിച്ചുണങ്ങി.
എഴുന്നേറ്റു നടക്കാൻ പോലുമാവാതെ
കഷ്ടപ്പെട്ടു. ഇപ്പോൾ വർഷങ്ങൾക്കു ശേഷം
നന്ദിയുടെ മഹത്വംഎത്രയാണെന്ന്
പറഞ്ഞറിയിക്കാൻ വയ്യ. എന്റെ
ഒരു സുഹൃത്താണ് എന്നോട് നന്ദിയുടെ
ശക്തിയെ കുറിച്ച് പറഞ്ഞു തന്നത്.
അവരുടെ അനുഭവത്തിലൂടെ.

കൂടാതെ ആയിടക്ക് തന്നെ ചിന്തകളുടെ
യഥാർത്ഥ ശക്തിയെകുറിച്ചും അവയ്ക്ക്
ജീവിതത്തിലുള്ള പങ്കിനെക്കുറിച്ചും,
വായിക്കാനിടയായി. എന്റെ
ചിന്തകളിലും നെഗറ്റീവ് ആയവ
കൂടുതൽ ആണെന്ന് മനസ്സിലാക്കി.

എന്റെ ആരോഗ്യസ്ഥിതി ആ സമയം
വളരെ മോശമായിരുന്നു.ഞാൻ
ആരോഗ്യത്തേക്കുറിച്ചുള്ള
പോസിറ്റീവ് അഫർമേഷൻസ് പറയാൻ
ആരംഭിച്ചു. എന്റെ ഓരോ അവയവത്തോടും
ദിവസവും നന്ദി പറഞ്ഞു.
എനിക്കു ജന്മം നൽകിയ മാതാപിതാക്കളെയും
പ്രകൃതിയെയും ഈശ്വരനെയും
നന്ദിപൂർവം സ്മരിച്ചു കൊണ്ടിരുന്നു.
ഒപ്പം അത് ഫീൽചെയ്യാനും
തുടങ്ങി. ആദ്യമൊന്നും മാറ്റങ്ങൾ
കണ്ടില്ല. എങ്കിലും, ഞാൻ തുടർന്നുകൊണ്ടിരുന്നു,
കൂടുതൽ ഫീൽ ചെയ്തു
കൊണ്ട്..പിന്നീടെല്ലാം പെട്ടെന്നായിരുന്നു.
ചെറിയ മാറ്റങ്ങളിൽ തുടങ്ങി ഇപ്പോൾ കുറച്ചു
മാസങ്ങൾക്കകം തന്നെ എന്റെ മനസ്സും
ശരീരവും ഉണർന്നു പ്രവർത്തിക്കാൻ തുടങ്ങി.
മാനസികമായും ശാരീരികമായും മെച്ചപ്പെട്ട
ആരോഗ്യം ലഭിച്ചു എന്നു നന്ദിയോടെ
ഓർക്കുകയാണ്.ഇതൊരു മാജിക്
അനുഭവം അല്ല.
മറിച്ച് സ്വന്തം ചിന്തകളെയും
മനസ്സിനെയും നിയന്ത്രിച്ചു
നിർത്തി, നന്ദിയോടെ , സ്നേഹത്തോടെ,
കരുതലോടെ എന്റെ ശരീരത്തെ കാണുകയും
അറിയുകയും ചെയ്തതിന്റെ
പരിണിത ഫലം മാത്രമാണ്.
ഇപ്പോൾ എന്റെ മനസ്സു നിറഞ്ഞ
നന്ദിയാണ് സകലതിനോടും.

ക്ഷമിക്കുകയും, വിട്ടുകൊടുക്കാൻ തീരുമാനിക്കുകയും ചെയ്തപ്പോൾ എനിക്ക് ലഭിച്ച ഉത്തരങ്ങൾ

ഞാൻ വളരെ സെൻസിറ്റീവ് ആയ ഒരാളാണ്.
പെട്ടെന്ന് മുറിവേൽക്കുകയും
അത് മനസ്സിൽ കൊണ്ട് നടക്കുകയും
ചെയ്യുമായിരുന്നു. ഊണിലും
ഉറക്കത്തിലും സ്വൈര്യം ഇല്ലാത്ത
അവസ്ഥയിലൂടെ മാത്രം പോയി
ക്കൊണ്ടിരിക്കും. അതെന്നെ കൂടുതൽ
കൂടുതൽ വിഷമിപ്പിക്കുകയും
മനസ്സിന്റെ സന്തുലിതാവസ്ഥ
നഷ്ടപ്പെടുത്തുകയും ചെയ്തു.ആയിടക്ക്
ഞാൻ ധാരാളം പ്രചോദനാത്മക
പുസ്തകങ്ങൾ വായിച്ചു കൊണ്ടേയിരുന്നു.
പ്രസംഗങ്ങളും സംവാദങ്ങളും കേട്ടു.
കുറച്ചു സമാധാനം കിട്ടി.
പക്ഷെ അത് നിലനിർത്തിക്കൊണ്ട്
പോകാൻ സാധിച്ചിരുന്നില്ല.
വളരെ കുറച്ചു ദിവസങ്ങൾക്കകം
മനസ്സ് പഴയ പടിയാകും.
എനിക്ക് എങ്ങനെയെങ്കിലും
രക്ഷപ്പെട്ടെ പറ്റൂ എന്ന നിലയായി.

അങ്ങനെയിരിക്കെയാണ് മൈൻഡ് പ്ലസ്
എന്ന കൂട്ടായ്മയെ കുറിച്ച്
അറിയാനിടയായതും അതിന്റെ

ഭാഗമായതും. അതിലൂടെയാണ്
എന്നിൽ മാനസാന്തരങ്ങൾ ഉണ്ടായത്
എന്നു നന്ദിയോടെ ഓർക്കുന്നു.
അവിടെ നിന്നാണ് Let go മെഡിറ്റേഷൻ
ആദ്യമായി അനുഭവിച്ചത്.
അതിലൂടെയാണ് എനിക്കെന്നെത്തന്നെ
തിരിച്ചറിയാനായതും തിരികെ ലഭിച്ചതും.
Let go meditation അഥവാ വിട്ടുകൊടുക്കൽ ഒരു
ധ്യാനം തന്നെയാണ്. ഒരു പാട്
ചോദ്യങ്ങൾക്കുള്ള മറുപടി
ക്ഷമിക്കുക, വിട്ടുകൊടുക്കുക
എന്നുള്ളത് മാത്രമാണെന്ന്
മനസ്സിലായി. അതൊരു ഒറ്റമൂലി
പ്രയോഗം തന്നെയായിരുന്നു.
അത് മിക്കവാറും എല്ലാത്തരത്തിലുള്ള
മുറിവുകളെയും ഉണക്കാൻ
പര്യാപ്തമായ ഒരു മുറികൂട്ടി
എന്ന ഔഷധം തന്നെയാണെന്ന്
നിസ്സംശയം പറയാം.ആവർത്തിച്ചു
ചെയ്യുന്ന മെഡിറ്റേഷനുകൾ,
ക്രിയാത്മകമായ അഫർമേഷൻസ്
എല്ലാം നമ്മുടെ തലച്ചോറിലും
ചിന്തകളിലും വരുത്തുന്ന മാറ്റങ്ങൾ
വിവരണാതീതമാണ്
എന്നെനിക്കു അനുഭവിച്ചറിയാൻ സാധിച്ചു.
ഇപ്പോൾ സ്വന്തം മനസ്സിനെ
ഒരു പരിധിവരെ സ്വതന്ത്രമാക്കാൻ സാധിച്ചു
എന്നു തന്നെ കരുതുന്നു.
അതിലൂടെ മനസ്സിന്റെ പേടികളെയും
സംശയങ്ങളെയും അകറ്റി നിർത്തി.എല്ലാം
മനസ്സിന്റെ കളികൾ മാത്രമാണെന്ന് മനസ്സിലായി.

Limiting Beliefs /സ്വയം നിർമിതമായ വിശ്വാസങ്ങൾ

അമ്മയുടെ ഉദരത്തിൽ നിന്നു തുടങ്ങുന്നു
നമ്മുടെ വിശ്വാസങ്ങളുടെ പട്ടിക.
പൈതൃകമായി ലഭിച്ചതിനോട്
കൂട്ടിച്ചേർക്കുകയാണ് നാം പലതും.
സ്വയം സ്വീകരിക്കുന്നു ചിലത്.
മറ്റു ചിലത് അറിഞ്ഞോ അറിയാതെയോ
അടിച്ചേൽപ്പിക്കപ്പെടുന്നു.നമ്മുടെ
ശാരീരിക വളർച്ചയോടൊപ്പം
വിശ്വാസങ്ങളുടെ ബാഹുല്യവും ഏറി വരും.
ചിലതെല്ലാം നമ്മെ കീഴടക്കും.ഒരു
പരിധിക്കപ്പുറം നമ്മുടെ മേൽ ആധിപത്യം
സ്ഥാപിച്ചു അധഃപതനത്തിന്റെ
പാതയിലേക്ക് വലിച്ചിഴക്കും.
തെറ്റായ വിശ്വാസങ്ങളെ accept ചെയ്യുകയും
കൊണ്ടു നടക്കുകയും ആവശ്യമായ
തിരിച്ചറിവുകളെ മാറ്റി നിർത്തുകയും ചെയ്യും.
ആവർത്തനങ്ങളിലൂടെ ഉറപ്പിച്ചവ
മുന്നോട്ടുള്ള വഴിയിൽ കല്ലുകളായും മുള്ളുകളായും
തടസ്സങ്ങൾ സൃഷ്ടിക്കും.
തിരിച്ചറിവുകൾ നേടുമ്പോഴേക്കും കാലം
കുറെ കടന്ന് പോയിരിക്കും.
അതിനെ വിട്ടുകളയുക മാത്രമേ
നിർവാഹമുള്ളൂ. എപ്പോൾ
തിരിച്ചറിവ് ലഭിക്കുന്നോ അപ്പോൾ

മുതൽ തുടങ്ങുക. കുഞ്ഞുങ്ങളെ ഇപ്പോൾ
മുതൽ തന്നെ മനസ്സിലാക്കി കൊടുക്കാൻ മാതാപിതാക്കളും
അധ്യാപകരും ശ്രദ്ധിക്കുക.അവരുടെ ചിന്തകളെ
സ്വതന്ത്രമായി വിടുക.ഒന്നും
അടിച്ചേൽപ്പിക്കാതിരിക്കുക.
അവർ വളരട്ടെ. സ്വതസിദ്ധമായി, സ്വതന്ത്രമായി.

വിശ്വസ്തത

വിശ്വസ്തത എന്നത് ഒരു മനുഷ്യനെന്ന നിലയിൽ കാത്തുസൂക്ഷിക്കേണ്ട ഒരു സവിശേഷ സ്വഭാവമായി നാം കണക്കാക്കുന്നു.ആദ്യമായി നാം അവനവനോട് തന്നെ വിശ്വസ്തനായിരിക്കുകയാണ് വേണ്ടത്.
അങ്ങനെയുള്ള ഒരാൾക്ക് ആത്മാഭിമാനവും ആത്മവിശ്വാസവും സ്വതസിദ്ധമായിരിക്കും. നാം ഏർപ്പെടുന്ന അല്ലെങ്കിൽ ഏറ്റെടുക്കുന്ന ഓരോ കാര്യവും ഉത്തരവാദിത്തതോടെ ആത്മാർഥതയോടെ സമയബന്ധിതമായി ചെയ്തു തീർക്കുവാൻ പ്രയത്നിക്കുകയും ചെയ്യും. തന്റെ വിശ്വാസ്യത നിലനിർത്തേണ്ടത് മറ്റുള്ളവരോടും തന്നോട് തന്നെയും ഉള്ള പ്രതിബദ്ധത ആയി കണക്കാക്കുകയും ചെയ്യുന്നു.
ഈ ജീവിതം അന്യോന്യമുള്ള സഹായ സഹകരണങ്ങൾ കൊണ്ടു നിറവേറ്റപ്പെടേണ്ടതാണ് എന്നു നാം തിരിച്ചറിയുക.
പറയുന്ന ഓരോ വാക്കും ഏറ്റെടുക്കുന്ന ഓരോ പ്രവർത്തിയും അതിന്റെ മൂല്യവും ഓരോ ആളുടെയും ഉത്തരവാദിത്തവും കടമയുമാണ്. വിശ്വാസ്യത തകർന്നാൽ ഒരു ബന്ധങ്ങളും നിലനിൽക്കുകയില്ല, വീട്ടിലായാലും, പുറമെ ആയാലും.
സത്യസന്ധതയും വിശ്വാസ്യതയും ഒരേ നൂല് കൊണ്ട് ചേർത്ത് കെട്ടുക.
വിശ്വസ്തരായ ഒരു പുതു തലമുറയ്ക്ക് നാം ഓരോരുത്തരും പ്രചോദനമാകട്ടെ എന്നു പ്രാർത്ഥിക്കുന്നു.
സത്യവും ധർമവും നീതിയും ഓരോ ജീവിതത്തിന്റെയും മൂലക്കല്ലുകളാവട്ടെ.

വിശ്വാസം

അചഞ്ചലമായ, പരിപൂർണമായ വിശ്വാസം ദൈവീകതയിലേക്ക് എത്തിക്കുന്നു. മനസ്സും ശരീരവും ഒന്നിലേക്ക് കേന്ദ്രീകരിക്കുമ്പോൾ യുക്തിക്ക് പ്രസക്തിയില്ലാതാവുന്നു. പ്രപഞ്ചം എല്ലാറ്റിനും സാക്ഷിയാവുന്നു.സത്യസന്ധമായ ആഗ്രഹങ്ങൾ നടപ്പാക്കപ്പെടുന്നു. യാതൊരു വിധത്തിലുള്ള നെഗറ്റീവ് ചിന്തയും അവിടെ ഉയരുന്നില്ല. ചോദ്യങ്ങൾ ഇല്ല. വിമർശനം ഇല്ല. പരിപൂർണ സമർപ്പണം മാത്രമാണുള്ളത്. നമ്മുടെ വിശ്വാസം നമ്മെ സംരക്ഷിക്കുന്നു. അമേരിക്കയിൽ നിന്നുള്ള വിഖ്യാത ചിന്തകൻ ഫ്രാങ്ക് ലോയ്ഡ് റൈറ്റ് പറയുന്നതനുസരിച്ചു ഒരാളുടെ വിശ്വാസമനുസരിച്ചാണ് കാര്യങ്ങൾ സംഭവ്യമാകുന്നത്. അഥവാ നിങ്ങളുടെ വിശ്വാസം രൂഢ മൂലമാകുന്നത് വരെ യാതൊന്നും സംഭവിക്കുന്നില്ല. ഒരു കാര്യം നിങ്ങൾക്ക് ചെയ്യാനാവുകയില്ല എന്നു വിശ്വസിച്ചുറപ്പിച്ചാൽ ഒരിക്കലും അത് നിങ്ങൾക്ക് ചെയ്യാൻ സാധ്യമാവുകയില്ല. ചെയ്യാൻ കഴിയും എന്നു വിശ്വസിക്കുമ്പോൾ അതിനുള്ള സാഹചര്യങ്ങളും വന്നു ചേരും. വിജയം, ആരോഗ്യം, സന്തോഷം എന്നിങ്ങനെ എല്ലാം സാധ്യമാകും.പരാജിതാണെന്നു സ്വയം മുദ്രകുത്തിയ ഒരാൾ എപ്പോഴും പ്രശ്നങ്ങളുടെ നടുക്കായിരിക്കും.നിങ്ങൾ നിങ്ങളുടെ സ്വപ്നങ്ങളെ പിന്തുടർന്നു നക്ഷത്രങ്ങളെ എത്തിപിടിക്കുക.

എങ്ങനെയാണ് സ്വയം സ്നേഹിക്കപ്പെടാത്ത (Self love) മനുഷ്യന്റെ പ്രതിരോധ സംവിധാനം തകരാറിലാവുന്നത്?

സ്നേഹം എന്നുള്ളത് ഒരു ദൈവീക വികാരമാണ്. അതിനു മാനസികോല്ലാസവും ശാരീരികവും, മാനസികവും, ആധ്യാത്മികവുമായ മികച്ച ആരോഗ്യവും പ്രദാനം ചെയ്യാനുള്ള കഴിവുണ്ട്. സ്വയം സ്നേഹിക്കാതിരിക്കുകയും, സ്നേഹം പങ്കു വയ്ക്കാതിരിക്കുകയും ചെയ്യുന്ന സാഹചര്യങ്ങൾ രോഗാവസ്ഥയെ ആകർഷിക്കു ന്നതായിക്കാണാം.അതിജീവനത്തിനുള്ള അത്യാവശ്യ ഘടകമായി സ്നേഹം എന്ന വികാരത്തെ കാണേണ്ടതാണ്.ആത്മാവ് തെളിഞ്ഞു നിൽക്കാനുള്ള ഇന്ധനമാണ് സ്നേഹം. ഭയവും കുറ്റബോധവും സ്നേഹമെന്ന വികാരത്തിന്റെ ബദ്ധശത്രുക്കളാണ്.ഭയത്തിൽ നിന്നും ആത്മാഭിമാനമില്ലായ്മ ഉടലെടുക്കുന്നു. മറ്റുള്ളവരെ സ്നേഹിക്കുന്നത്തിൽ നിന്നു നമ്മെ പിന്തിരിപ്പിക്കുന്നു.

നാം comfort zone വിട്ട് tension zone സ്വീകരിക്കുന്നു. അവർ സ്വയം affirm ചെയ്യാൻ തുടങ്ങുന്നു, ജീവിതം ഭയപ്പെടുത്തുന്നു, കാര്യങ്ങൾ അവതാളത്തിലാണ്, ഞാൻ ഭാഗ്യദോഷിയാണ്, എനിക്കതിനു അർഹതയില്ല

എന്നൊക്കെ. ഈ വിധത്തിലുള്ള നെഗറ്റീവ് ചിന്തകൾ അബോധമനസ്സ് ഏറ്റെടുത്ത് നടപ്പിലാക്കാൻ തുടങ്ങുന്നു. അങ്ങനെ അത് യാഥാർത്ഥ്യമായി മാറുന്നു.കുറ്റബോധം കഴിഞ്ഞ കാലത്തെ പരാജയങ്ങളെയും മറ്റും തെറ്റായി വായിച്ചുകൊണ്ടിരിക്കുന്നു.ഈ ആവർത്തനങ്ങൾ നമ്മുടെ പ്രതിരോധ സംവിധാനത്തെ ആഴത്തിൽ സ്വാധീനിക്കുകയും ദുർബലപ്പെടുത്തുകയും ചെയ്യുന്നു.

ദൃശ്യവൽക്കരണം (Visualisation) മനസ്സിനെ സൗഖ്യപ്പെടുത്തി ലക്ഷ്യ പ്രാപ്തി നേടിത്തരുന്നു

ദൃശ്യവൽക്കരണം മനസ്സിനെ സ്വാധീനിക്കുന്ന ഒരു പ്രധാനപ്പെട്ട ടെക്നിക് ആയി കരുതപ്പെടുന്നു. ഒരു തരത്തിലുള്ള self hypnosis. തുടർച്ചയായി പ്രസാദാത്മകമായ ചിത്രങ്ങൾ മനസ്സിലൂടെ കടന്ന് പോകുമ്പോൾ വൈകാരികാവസ്ഥയിലും തുടർന്ന് ശരീരികാവസ്ഥയിലും മാറ്റങ്ങൾ സംഭവിക്കുന്നു. അത് അനുഭവിച്ചറിയാനുംസാധിക്കുന്നു. ശരീരം ഓരോ ചിന്തകളോടും പ്രതികരിക്കുന്നുണ്ട്. അവിടെ രാസമാറ്റങ്ങൾ നടക്കുകയാണ്. അങ്ങനെ ശരീരവും മനസ്സും ഒന്നായി പ്രവർത്തനം തുടരുന്നു. നമ്മുടെ തലച്ചോർ (brain) ശരീരത്തിലെ ഓരോ കോശവുമായി വിവിധ തരത്തിൽ ബന്ധം സ്ഥാപിച്ചിട്ടുണ്ട്. അത് നാം ആഗ്രഹിക്കുന്ന കാര്യങ്ങൾ, ലക്ഷ്യങ്ങൾ എല്ലാം യാതൊരു മുൻവിധിയും കൂടാതെ, നേടിത്തരാൻ സദാ ബദ്ധശ്രദ്ധമാണ്. വ്യക്തതയാർന്ന വിഷലൈസേഷൻ നമ്മുടെ വിശ്വാസ പ്രമാണങ്ങളിൽ ഊന്നി നിന്നു കൊണ്ട് ശരീരത്തിലും മനസ്സിലും പ്രവർത്തിച്ച് ലക്ഷ്യ പ്രാപ്തി കൈവരിക്കുന്നു.

വ്യക്തതയാർന്നതും നേടിയെടുക്കാൻ പറ്റുന്ന പരിധിയിൽ ഉള്ളതുമായിരിക്കണം എന്നു മാത്രം.അതിനു ഉത്തര വാദിത്തത്തോടെയുള്ള പ്രവർത്തനങ്ങൾ നമ്മുടെ ഭാഗത്തു നിന്നു നിർലോഭമായി ഉണ്ടായിരിക്കണം എന്നു കൂടി മനസ്സിലാക്കേണ്ടതുണ്ട്.

Superstitions (അന്ധവിശ്വാസങ്ങൾ)

നാം കാലങ്ങളായി കേട്ടു കേട്ടു മനസ്സിൽ ഉറച്ചുപോയിട്ടുള്ള ചില വിശ്വാസങ്ങളുണ്ട്. ചില അടിച്ചേൽപ്പിക്കലുകൾ. യാതൊരു അടിസ്ഥാനവുമില്ലാത്തവ. നാം അറിഞ്ഞും അറിയാതെയുമൊക്കെ അതിനെ നിലനിൽക്കാൻ അനുവദിക്കുന്നുമുണ്ട്. അതിനെതിരെ നിന്നപ്പോഴൊക്കെ ഞാൻഒറ്റപ്പെട്ടു. വിമർശനങ്ങൾക്ക് പാത്രമായി. നിഷേധിയായി. അത് തന്നെയായിരിക്കണം അന്ധവിശ്വാസങ്ങളെ തൊട്ടാലുള്ള അനുഭവം വേറൊരാൾക്കും. ഓരോരുത്തരുടെയും വിശ്വാസങ്ങളെ ചോദ്യംചെയ്യേണ്ടത് സ്വന്തംമനസ്സിനോടാണ്. തിരിച്ചറിവ് നേടേണ്ടതും സ്വയം തന്നെയാണ്. എല്ലാ അന്ധമായ വിശ്വാസങ്ങളോടും കലഹിക്കണം. ചോദ്യങ്ങളുന്നയിച്ചു ഉത്തരം മുട്ടിക്കണം. എങ്കിലേ അത് പിന്മാറുകയുള്ളു. ചെറിയ വിശ്വാസങ്ങൾ മുതൽ നരബലി, മൃഗബലി എന്നിവയിലേക്കൊക്കെ എത്തി നിൽക്കുന്നു കാര്യങ്ങൾ. ഏറ്റവും പുരോഗമിച്ച കാലത്താണ് നാം ജീവിക്കുന്നതെന്നു ഊറ്റംകൊള്ളുന്ന ഈ കാലയളവിൽ തന്നെയാണ് പ്രാകൃതമായ ഇത്തരം ക്രൂരതകളും അരങ്ങേറുന്നത്. എന്തൊരു വിരോധാഭാസം. പല അന്ധവിശ്വാസങ്ങളും തിന്മയിലേക്കാണ് വഴിതുറക്കുന്നത്. വ്യക്തിയും കുടുംബവും സമൂഹവും അതിന്റെ ഇരയാവുന്നു.

അധോഗതി പ്രാപിക്കുന്നു. ഇന്നും ധാരാളം അന്ധവിശ്വാസങ്ങളുമായി ജീവിതത്തെ കുട്ടിച്ചോറാക്കുന്ന അതി സാധാരണക്കാരായ മനുഷ്യരുണ്ട്, നമ്മുടെയിടയിൽ. അത്തരത്തിലുള്ള വരെ ബോധവൽക്കരിച്ചു ശരിയായ പാത കാണിച്ചു കൊടുക്കാൻ സമൂഹവും വ്യക്തികളും ഇപ്പോഴെങ്കിലും ഉണർന്നെണീക്കേണ്ടതാണ്.

സന്തോഷം ഇല്ലാതാവുന്നതെങ്ങനെ?

ഒരു ചെറുപൈതലായി പിറന്നു വീണപ്പോൾ കുഞ്ഞ് സന്തോഷവാനായിരുന്നു.സന്തോഷം സ്വീകരിക്കുകയും കൊടുക്കുകയും ചെയ്തിരുന്നു. ആ കുഞ്ഞ് വളർന്നു വലുതായപ്പോൾ അവനിലുണ്ടായിരുന്ന സന്തോഷത്തിന്റെ പേടകം കളഞ്ഞു പോയി. ഉണ്ടായിരുന്ന സന്തോഷത്തിന്റെ നെയ്‌വിളക്ക് അണഞ്ഞുപോയി അവൻ ദുഖിതനായിത്തീർന്നു. പിന്നീടങ്ങോട്ട് നഷ്ടപ്പെട്ട പേടകം തേടി അലയുകയാണ്.എന്താണ് സംഭവിച്ചത്? എവിടെയൊക്കെയാണ് അവൻ സ്വയം മറന്നു പോയത്? ആദ്യം അവൻ അവനെ സ്നേഹിക്കാൻ മറന്നു പോയി. പിന്നീട് എപ്പോഴോ സ്വയം അംഗീകരിക്കാൻ കൂട്ടാക്കാതായി. പിന്നീട് അവന്റെ മനസ്സിന്റെ ഓരോ അറകളിലും ഓരോരോ മാലിന്യങ്ങൾ നിറക്കാൻ തുടങ്ങി. താരതമ്യത്തിൽ അവൻ ആഗ്രഗണ്യനായി. ചിന്തിച്ചുകൂട്ടിക്കൊണ്ട് ഈഗോയും അന്ധവിശ്വാസവും നിറയാൻ അനുവദിച്ചു. സ്വയവും മറ്റുള്ളവരെയും കുറ്റപ്പെടുത്തിക്കൊണ്ടിരുന്നു. വിട്ടുകൊടുക്കാനോ മാപ്പാക്കാനോ തയ്യാറായില്ല. നന്ദിയുടെ മനോഭാവം ജീവിതത്തിൽ നിന്നു വിട്ടുനിന്നു. ഒഴികഴിവുകൾ പറഞ്ഞു വിജയത്തെ അട്ടിമറിച്ചു .സദാ പുറത്തേക്കു കണ്ണു പായിച്ചു സന്തോഷത്തെ തിരഞ്ഞുകൊണ്ടിരുന്നു.ഒരിക്കൽപോലും ഉള്ളിലേക്കൊന്നു

തിരിഞ്ഞുനോക്കിയില്ല.സന്തോഷത്തിന്റെ താക്കോൽ കയ്യിലുണ്ടായിട്ടും അതിനെ ഉപയോഗിക്കാതെ ദുഃഖത്തെ കൂട്ടുപിടിച്ചു ദുഃഖം തന്നെയായിക്കൊണ്ടിരുന്നു. അറിയുക,സന്തോഷം എന്നത് ആത്മരൂപമാണ്, ഭാവമാണ്. ജീവിതം ആഘോഷമാക്കുക.

തോൽവിയെ എങ്ങനെ തോൽപ്പിക്കാം

തോൽവി എന്നുള്ളത് മനസ്സിനെ നോവിക്കുന്ന ഒന്നാണ്. അതിൽ സംഭവിച്ച പിഴവുകളെ തിരിച്ചറിഞ്ഞു വേണ്ടുന്ന തിരുത്തലുകൾ വരുത്തി പൂർവാധികം മനസ്സാന്നിധ്യത്തോടെ ആത്മവിശ്വാസത്തോടെ മുന്നോട്ടു പോവുക. എല്ലാ തിരിച്ചടികളും ജീവിത പാഠങ്ങൾ ആണെന്നും അതിൽ ജീവിത വിജയത്തിന്റെ വിത്തുകൾ മുള പൊട്ടാൻ തയ്യാറെടുത്തു ഒളിഞ്ഞിരിപ്പുണ്ടെന്നും മനസ്സിലാക്കുക. അതിൽ മനം നൊന്തു പിന്മാറുന്നതിനു പകരം വർധിത വീര്യത്തോടെ ഒരു പടക്കുതിരയാവുക. സന്തോഷത്തിന്റെയും സമാധാനത്തിന്റെയും പൂമൊട്ടുകൾ വിരിയാൻ അവസരം കൊടുക്കുക. പുതിയതായി ലഭിച്ച ജീവിത പാഠങ്ങളോട് നന്ദിയുള്ളവരാകാം. ഇതൊന്നും ഈ ലോകത്തു പുതുമയല്ല. എല്ലാം ആവർത്തന വിധേയമാണ്. പ്രപഞ്ചത്തിന്റെ പദ്ധതികൾ മാത്രമാണ്. പ്രപഞ്ച നിയമങ്ങളെ ഉൾക്കൊള്ളുക, അനുസരിക്കുക.

എല്ലാ ഒഴിവുകഴിവുകളോടും വിട പറയാം

ജീവിതം!

എത്ര മനോഹരമായ വാക്ക്.എല്ലാവരുംസന്തോഷപ്രദവും ശാന്തിയും സമാധാനവും നിറഞ്ഞ ജീവിതത്തെയാണ് ആഗ്രഹിക്കുന്നത്. പക്ഷെ പലപ്പോഴും അത് നേടിയെടുക്കാൻ ചില വേറിട്ട രീതികളും തീരുമാനങ്ങളുംഎടുക്കേണ്ടതായി വരും. ആ സമയം അത്തരം തീരുമാനങ്ങളിൽ ഉറച്ചു നിൽക്കാതെ, അതിൽനിന്നു പിന്തിരിഞ്ഞോടാനുള്ള പ്രവണത എല്ലാ ലക്ഷ്യങ്ങളെയും തകിടംമറിക്കും.അതിനാൽത്തന്നെ എല്ലാ വിധത്തിലുമുള്ള ഒഴികഴിവുകളോടും വിട പറയാം. നമ്മുടെ യഥാർത്ഥ കഴിവുകളെ ഒരു മൂലയ്ക്ക് ഒളിപ്പിച്ചു വച്ചു നിസ്സഹായതയുടെ മൂടുപടമണിഞ്ഞുനമ്മെ തന്നെ വഞ്ചിക്കുന്ന അവസ്ഥയുണ്ടാവരുത്.ഈയൊരവസ്ഥയിൽ നാംനമ്മുടെ ചിന്തകളെയും പ്രവൃത്തികളെയും ഒരു പ്രത്യേക സ്ഥലത്തു മുന്നോട്ടു പോകാൻ അനുവദിക്കാതെ തടഞ്ഞു വക്കുകയാണ് ചെയ്യുന്നത്.ഈ മടിയും ഒരു ശീലമായി മാറാൻ അധികസമയമൊന്നും വേണ്ട. എല്ലാം ഒരു നെഗറ്റീവ് കൺകോണിലൂടെ മാത്രം കാണാൻ തുടങ്ങുന്നു. ജീവിതത്തിൽ ഈ ഒഴികഴിവുകൾ വലിയൊരുവിലങ്ങുതടിയായി മാറുന്നു.നമ്മുടെ ജീവിതത്തിന്റെ മുഴുവൻ ഉത്തരവാദിത്വവും സ്വയം ഏറ്റെടുക്കാൻ തയ്യാറാവുമ്പോൾ അവിടെ ഒഴികഴിവുകൾ കടന്നുവരില്ല. അതിനുള്ള ബുദ്ധിയും ശക്തിയും വിവേകവും തന്റെ ഉള്ളിൽ നിറഞ്ഞിരിക്കുകയാണെന്ന് തിരിച്ചറിയും. അതോടെ ഏതൊരാഗ്രഹവും ഏതൊരു ലക്ഷ്യവും നിറവേറ്റപ്പെടുകയും ചെയ്യും.ഈ പ്രപഞ്ചം എല്ലാവിധത്തിലുമുള്ള

പോസിറ്റീവ് ഊർജവും നൽകിയാണ് നമ്മെ ഇവിടെ എത്തിച്ചിട്ടുള്ളതെന്ന മഹാ സത്യത്തെ തിരിച്ചറിയുകയും അംഗീകരിക്കുകയും ചെയ്യുക.

ഓരോരുത്തരുടെയും മുന്നോട്ടുള്ള പ്രയാണം ഒഴികഴിവുകളാൽ തളക്കപ്പെടാതിരിക്കട്ടെ.

വാക്കുകളുടെ ശക്തി തിരിച്ചറിയുക

ഈ പ്രപഞ്ചത്തിൽ നിറഞ്ഞു നിൽക്കുന്ന ഒരു മാസ്മരിക ഭാവമുണ്ട്. അതിന്റേതായ ഒരു ശബ്ദവുമുണ്ട്. സകല ചാരാചരങ്ങളിലും അതിന്റെ തേജസ് പലരൂപത്തിലാണ് സന്നിവേശിക്കപ്പെട്ടിരിക്കുന്നത്. മനുഷ്യ ജന്മങ്ങൾക്ക് ലഭിച്ചിട്ടുള്ള സവിശേഷമായ ഭാഷ വാക്കുകളിലൂടെ പ്രവഹിക്കുമ്പോൾ അതിനു അനുകൂലമോ പ്രതികൂലമോ ആയ ശക്തിയും ഉണ്ടാകുന്നു. ആ വാക്കുകളിൽ നിന്നു പ്രസരിക്കുന്ന വൈകാരിക ഭാവങ്ങൾക്ക് ഒരു മനുഷ്യ ജന്മത്തെ അനുഗ്രഹഭാവത്തോടെ സാന്ത്വനിപ്പിക്കാനും നിഗ്രഹ ഭാവത്തോടെ തീച്ചൂളയിലേക്ക് എടുത്തെറിയാനും സാധിക്കും. അതിനാൽ തന്നെ പ്രതികരണം അത്യാവശ്യമെന്ന് തോന്നുന്ന പല സന്ദർഭങ്ങളിലും മറുവാക്കു തേടിപ്പോകാതെ അതിനേക്കാൾ ശക്തമായ വാചാലമായ മൗനം അവലംബിക്കുകയാവും ഉചിതം.

ഹൃദയത്തിൽ നിന്നു ഹൃദയത്തിലേക്കു ഒഴുകുന്ന സ്നേഹമെന്ന വികാരത്തിന്റെ പ്രതിഫലനമായി വാക്കുകളെ മെരുക്കിയെടുക്കുക.വളരെ സൂക്ഷിച്ചു ഉപയോഗിക്കേണ്ട ഒന്നാണ് വാക്കുകൾ എന്ന് തിരിച്ചറിഞ്ഞേ പറ്റു. അതു ഒരു അധര വ്യായാമം മാത്രമാകാതിരിക്കട്ടെ.മറ്റൊരുവന്റെ നേരെ ഉയരുന്ന ഏതൊരു വികാരവും അതിനോടുകൂടിയുള്ള വാക്കുകളും എത്രത്തോളം അവരെ ബാധിക്കുമോ

നമ്മുടെ ജീവിതത്തിൽ ദൃഢപ്രതിജ്ഞാവാചകങ്ങൾക്കുള്ള പങ്ക് (Affirmations)

മനുഷ്യജീവിതത്തിൽ പ്രതിസന്ധികൾ ഉണ്ടാവുക സ്വാഭാവികമാണ്. പ്രതിസന്ധികൾ ഉണ്ടാവുമ്പോൾ മാത്രമാണ് നാം അതേക്കുറിച്ച് ബോധവാനാകുന്നത്. എങ്ങനെ പ്രതിസന്ധികളെ മറികടക്കാം?

നാം ഓരോരുത്തരും വിവിധ മാനസികാവസ്ഥയിലൂടെ കടന്നു പോവുന്നവരാണ്. ജീവിതത്തിൽ മാറി മാറി വരുന്ന നല്ലതും മോശവുമായ സാഹചര്യങ്ങളിൽ മനസ്സിനെ കയ്യടക്കത്തോടെ നിലനിർത്തേണ്ടതുണ്ട്. വിപരീത സാഹചര്യങ്ങളിൽ കാലിടാറാതെ മുന്നോട്ടുള്ള വഴികൾ വ്യക്തമാക്കാൻ സ്വയം ശ്രമിക്കേണ്ടതുണ്ട്. കുറച്ചകലെയാണെങ്കിലും പ്രകാശം അവിടെയുണ്ട്. ജീവിതം തിരിച്ചു പിടിക്കാൻ ആ വഴികളിലൂടെ നമുക്ക് സഞ്ചരിക്കാം. ദൃഢ പ്രതിജ്ഞ വാചകങ്ങൾ ഉപബോധ മനസ്സിനോടുള്ള നമ്മുടെ കല്പനകളാണ്. മനസ്സിന്റെ സന്തുലിതാവസ്ഥയെ നിലനിർത്താനും പോസിറ്റീവ് മനോഭാവം കൂടുതൽ ഊർജസ്വലമാക്കാനും ഇവ സഹായിക്കുന്നു.ഓരോ നിമിഷവും നമ്മെ വിഷമിപ്പിക്കുന്ന കാര്യങ്ങൾ വീണ്ടും വീണ്ടും തികട്ടി വരുമ്പോൾവളരെ നിർബന്ധ പൂർവ്വം പോസിറ്റീവ് ആയ, നമുക്ക് ഏറ്റവും എളുപ്പവും സന്തോഷം തരുന്നതുമായ അഫർമേഷൻസ് പകരം വക്കാം. ആവർത്തിച്ചാവർത്തിച്ചു സ്വയം പറയുകയും ദൃശ്യവൽക്കരിക്കുകയും ചെയ്യുമ്പോൾ

നമ്മുടെ ഉപബോധ മനസ്സ് അതേറ്റെടുത്തുനമ്മുടെ ഭാവിയിലുള്ള അനുഭവങ്ങളെ മികച്ചതും സന്തോഷപ്രദവുമാക്കുന്നു.
ഏതൊരു ഘട്ടത്തിലും അഫർമേഷൻസ് നെഗറ്റീവ് ആയി മാറാതിരിക്കാൻ ശ്രദ്ധിക്കുക.എപ്പോഴും പോസിറ്റീവ് അഫർമേഷൻസ് പോസിറ്റീവ് മനോഭാവം നിലനിർത്തുന്നു. ഗുണകരമായ മാറ്റങ്ങൾ ജീവിതത്തിലേക്ക് ആകർഷിക്കപ്പെടും.
ധ്യാനാവസ്ഥയിൽ പ്രവേശിച്ചു കൊണ്ട് ഉരുവിടുന്ന ഓരോ പ്രതിജ്ഞ വാചകങ്ങളും അതോടു ചേർന്നുള്ള ദൃശ്യവൽക്കരണവും സ്വയം മോചിതനാവാനുള്ള ഏറ്റവും നല്ല ഉപാധിയായി മാറുന്നു.

മനസ്സിന്റെ കളികൾ

മനസ്സിലാണ് എല്ലാമുള്ളത്. എല്ലാറ്റിനും കാരണവും മനസ്സ് തന്നെ.വിവിധ വികാരങ്ങളുടെ വേലിയേറ്റം മനസ്സിൽ ഭൂകമ്പമുണ്ടാക്കുന്നു.പ്രക്ഷുബ്ധമായ മനസ്സിൽ മുൻവിധികളും ക്ഷോഭങ്ങളും കൂട്ടിരിക്കും.അതുകൊണ്ട് തന്നെ ഇടയ്ക്കിടയ്ക്കെങ്കിലും വൈകാരികശുചിത്വം ഉറപ്പുവരുത്തേണ്ടത് അത്യാവശ്യമാണ്.

നാം തന്നെയാണ് നമ്മുടെ ജീവിതം തെരെഞ്ഞെടുക്കുന്നത്. നാം തന്നെയാണ് നമ്മുടെ ജീവിതത്തിന്റെ കപ്പിത്താനും.

നാം ചിന്തിച്ചു കൂട്ടുന്ന കാര്യങ്ങൾ തന്നെയാണ് നമുക്കനുഭവമായി വരുന്നതും.ചിന്തക്കു മേൽ ചിന്ത കെട്ടിപ്പടുത്തുകൊണ്ടുള്ള പോക്ക് ബോധപൂർവം നിർത്തിവയ്ക്കണം. അതിനെ അവഗണിക്കുക. പിന്നീട് അതിന്റെ ശല്യം കൂടുതൽ ഉണ്ടാവുകയില്ല. നമ്മുടെ ഉള്ളിൽ ഉടലെടുക്കുന്ന ദേഷ്യം, സ്വയം കുറ്റപ്പെടുത്തൽ എന്നിവയോടെല്ലാം ക്ഷമിച്ചു മാപ്പ് കൊടുക്കാം.നമുക്ക് ജീവിതം തിരിച്ചുപിടിക്കണമെങ്കിൽ എല്ലാവിധത്തിലുമുള്ള അധമ ചിന്തകളെയും വികാരങ്ങളെയും വിട്ടുകൊടുക്കേണ്ടതായിട്ടുണ്ട്.ചിലപ്പോൾ മനസ്സിൽ അഹന്തയുടെ സ്വരം ഉണർന്നെണീക്കും സ്വാഭാവികം. അപ്പോൾ ആരെയെങ്കിലും തോൽപിക്കാനും മുറിപ്പെടുത്താനുമെല്ലാം ഒരു തോന്നലുണ്ടാകും. ഇതെല്ലാം മനസ്സിന്റെ കളികളാണല്ലോ.

അഹന്തയുടെ യുദ്ധത്തിൽ പങ്കു ചേരാതിരിക്കുക. ബന്ധങ്ങളിലാണ് സ്നേഹവും ആർദ്രതയും കരുണയുമെല്ലാം ഉൾച്ചേരുന്നത്.എല്ലാം നിരുപാധിക മായിരിക്കട്ടെ.മായാബന്ധിതമായ ജീവിത സാഹചര്യങ്ങളിൽ മനസ്സ് ഏർപ്പെടുന്ന വൈവിധ്യമാർന്ന കളികൾ മാത്രമാണ് ഇതെല്ലാം എന്ന തിരിച്ചറിവ് തന്നെയാണ് ഏറ്റവും പ്രധാനം.

ഓരോ ജീവിതവും ഓരോ അത്ഭുതങ്ങളാണ്

ജീവിതം അങ്ങനെയാണ്.
എപ്പോഴും അത്ഭുതപ്പെടുത്തും.
നിനച്ചിരിക്കാത്ത സമയത്ത്
സന്തോഷവും സന്താപവുമെല്ലാം
സമ്മാനിച്ചെന്നിരിക്കും.പ്രത്യേക
കാരണവും ഉണ്ടാവില്ല.
നാം ചില പാഠങ്ങൾ പഠിക്കേണ്ടതായിട്ട്
ഉണ്ടാവും. ഒഴിഞ്ഞു പോയവ. നന്നായി
പഠിപ്പിച്ചു മനസ്സിലാക്കി തരാൻ, ചില
അനുഭവങ്ങൾ പങ്കു വക്കാൻ കാലം
തീരുമാനിക്കും. പ്രത്യേകിച്ച് അഹംഭാവം,
അവിശ്വാസം, അസ്വീകാര്യത
എന്നീ ചിന്താഗതികൾ ഉള്ളിൽ
കുടികൊള്ളുമ്പോൾ.അവ നമ്മുടെ
അന്ധവിശ്വാസങ്ങളെ നശിപ്പിക്കുന്നു.
ശുഭാപ്തി വിശ്വാസത്തോടെ,
സ്വയം ക്ഷമിച്ചു, വേവലാതിപ്പെടാതെ സംഭവിച്ച
പിഴവുകളുടെ അടിവേരുകൾ തേടി വിശകലനം
ചെയ്തു തന്റെ സ്വപ്നങ്ങളുടെ കൂടു തേടി
പോകാനൊരുങ്ങുന്നു. എല്ലാ കഷ്ടപ്പാടുകളോടും
വിടപറയുന്നു.ഒഴിഞ്ഞു കിടന്ന കളിയരങ്ങുകൾ
പൂർവാധികം ശക്തിയോടെ തിരിച്ചു വരുന്നു.

Always Be a Victor, Never be a Victim

ഇര മനോഭാവം നമ്മിലുണ്ടോ, അത്
ജീവിതത്തിൽ എത്രത്തോളം
അസുന്തുഷ്ടിയുടെ ഭാരം ചുമക്കാൻ
ആവശ്യപ്പെടുന്നു എന്നു പരിശോധിക്കുക
.ഈ മനോഭാവം ജീവിതത്തിന്റെ
സന്തോഷങ്ങളെയെല്ലാം കെടുത്തിക്കളയും
താൻ ഒരു ഇരയാണെന്ന് വിലപിച്ചു
കൊണ്ടിരിക്കും. അതിനുത്തരവാദിത്തം
സ്വയം ഏറ്റെടുക്കേണ്ടതായിട്ടുണ്ട്.
മറ്റുള്ളവരെ അനുവദിച്ചു കൊടുക്കുമ്പോഴാണല്ലോ
നാം ഇരയായി മാറുന്നത്?
ഈ സമയം വളരെ bold ആയി തീരുമാനങ്ങൾ
എടുക്കുകയും assertive ആവുകയും ചെയ്യുക.
അവിടെപരിഹാരം ലഭിച്ചു കഴിയും.
വേണ്ട സമയത്ത് വേണ്ട രീതിയിൽ
പ്രതികരിക്കാനുള്ള ആർജവം നേടിയെടുക്കുക.
ആത്മവിശ്വാസത്തിന്റെ കുറവ് തന്നെയാണ്
നികത്തപ്പെടേണ്ടത്. എന്തിനാണ് ഞാൻ ഇരയായി
മാറുന്നത്? എന്റെ ജീവിതത്തിന്റെ
കപ്പിത്താനായിരിക്കേണ്ടത് ഞാൻ തന്നെയല്ലേ?
സ്വയം ചോദിക്കുക.
സ്ഥിരമായി മറ്റുള്ളവരുടെ ഒരു പാവയായി
മാറാതെ സ്വന്തം ഇഷ്ടാനിഷ്ടങ്ങൾ തുറന്നു
പറയുകയും അത് നടപ്പിൽ വരുത്താൻ
നടപടികൾ എടുക്കുകയും ചെയ്യുമ്പോൾ
ജീവിതം കുറച്ചു കൂടി സുന്ദരവും
അനുകരണീയവും ആയിത്തീരും.

Self Discipline/അച്ചടക്കം

നമ്മുടെ ജീവിതം മനോഹരമാക്കുന്നതിൽ, ക്രിയാത്മകമായി ഏറ്റവുംമുന്നിൽ നിന്നു ഒരുകൊടിയടയാളം പോലെ നയിക്കാൻ അനുയോജ്യമായ ഒന്നേയുള്ളു, അത് Self Discipline ആണ്.ഒരു നേതാവിനു മാത്രം കഴിയുന്ന ഒന്ന്.
അച്ചടക്കം വളരെ ചെറിയ പ്രായം മുതൽ തുടങ്ങേണ്ട ഒരു ശീലമാണ്. അച്ചടക്കമുള്ള മാതാപിതാക്കൾ മക്കളുടെ കാര്യത്തിലും ബദ്ധശ്രദ്ധരായിരിക്കും. അടുക്കും ചിട്ടയോടും കൂടി ചെയ്യുന്ന കാര്യങ്ങൾ എളുപ്പത്തിലും വേഗത്തിലും ചെയ്തു തീർക്കാൻ സാധിക്കും. അത് മികവ് പുലർത്തുകയുംചെയ്യും.എന്താണ് ലക്ഷ്യമെന്നു മുൻകൂട്ടി തീരുമാനിച്ചു തികഞ്ഞ ആത്മവിശ്വാസത്തോടെ, മനസ്സാന്നിധ്യത്തോടെ ചെയ്യാൻ സാധിക്കുന്നു എന്നതാണ് പ്രാധാന്യമർഹിക്കുന്നത്. അവിടെ സമയവും പണവും, മികച്ച രീതിയിൽ വിനിയോഗിക്കപ്പെടുന്നു. കൂടുതൽ കാര്യങ്ങളിലേക്ക് ശ്രദ്ധ കേന്ദ്രീകരിക്കാൻ കഴിയുന്നു. സാമൂഹികമായും വ്യക്തിപരമായും ഉയർത്തപ്പെടുന്നു. മറ്റുള്ളവരുടെയിടയിൽ വിശ്വസ്തതയും വിശ്വാസ്യതയും നിലനിർത്താൻ സഹായിക്കുകയും ചെയ്യും.അച്ചടക്കം ഒരു ശീലം മാത്രമല്ല ഒരു സ്വഭാവവും കൂടിയാവാട്ടെ. പ്രത്യക്ഷമായും പരോക്ഷമായും ജീവിത നിലവാരം ഉയർത്താൻ അച്ചടക്കത്തോടെ ജീവിക്കുക.

Joy of Giving

നൽകുന്നതിൽ സന്തോഷം കണ്ടെത്തുക. നമുക്ക് നൽകാവുന്ന തെന്തും മറ്റുള്ളവർക്കായി ആവശ്യാനുസരണം നൽകുന്നതിൽ ശ്രദ്ധിക്കുക.

ഒരു പുഞ്ചിരി മുതൽ ഒരു കൈ സഹായമായിപ്പോലും മറ്റുള്ളവർക്ക് താങ്ങായി മാറാൻ കഴിയുമെങ്കിൽ അതെത്രയോ നന്ന്. ഈ പ്രപഞ്ച ത്തിൽ നിന്ന് നാം എന്തെല്ലാം സ്വീകരിക്കുന്നു. എല്ലാം സൗജന്യമായി ത്തന്നെ. ഈ പ്രപഞ്ചത്തിന്റെ അംശരൂപികളായ മറ്റു മനുഷ്യരുൾപ്പടെ യുള്ള ജീവജാലങ്ങൾക്കും നമ്മുടെ കൈവശമുള്ളതെന്തും നിരുപാധികം നൽകാൻ നാം ബാധ്യസ്ഥരല്ലേ?

മനസ്സ് കൊണ്ട് അനുഗ്രഹിക്കുന്നത് മുതൽ മനസ്സിന്റെ നന്മയിലൂടെ ഒരുപാട് കാര്യങ്ങൾ നമുക്ക് ചെയ്യാനാകും. ചെറുതും വലുതുമായ സഹായഹസ്തങ്ങൾ അവനവന്റെ കഴിവിനനുസരിച്ചു മറ്റുള്ളവർക്കായി മാറ്റിവയ്ക്കുമ്പോൾ അത് നമ്മിലേക്കും കൂടുതൽ അനുഗ്രഹവർഷ ങ്ങളായ് പെയ്തിറങ്ങും.

Self Forgiveness

നാം നമ്മോടുതന്നെ ക്ഷമിക്കുന്ന വിശാലമായ കാഴ്ചപ്പാട്. പലപ്പോഴും മുൻ കാലങ്ങളിൽ ഞാൻ കടന്നുപോയിട്ടുള്ള അവസ്ഥ. വളരെ ചെറിയ കാര്യങ്ങൾക്കു പോലും സ്വയം വിമർശിച്ചു, കുറ്റപ്പെടുത്തി എന്നോട് തന്നെ കലഹിച്ചു കൊണ്ടിരിക്കും. സ്വയം ശിക്ഷിച്ചുകൊണ്ട് മാനസികമായും ശരീരികവുമായി അധപതിക്കുകയും ചെയ്യുന്നുണ്ടായിരുന്നു. ഇപ്പോൾ ഇതിന്റെയെല്ലാം സത്യാവസ്ഥ മനസ്സിലാക്കിയപ്പോൾ ഇത്തരം കാഴ്ചപ്പാടുകളെ വേണ്ടവിധം കൈകാര്യം ചെയ്യാൻ സാധിക്കുന്നുണ്ട്.

നാം നമ്മെ അംഗീകരിക്കുക.സ്വയം അംഗീകരിക്കുകയും സ്വയം ക്ഷമിക്കുകയും ചെയ്യാത്തവരോട് പുറത്തു നിന്നുള്ള ആരാണ് ക്ഷമിക്കുക? നമ്മുക്ക് സ്വയം ശിക്ഷിക്കാനുള്ള അവകാശമുണ്ടോ? Guilt feeling കൊണ്ട് നടാക്കാനുള്ളതല്ല ജീവിതം. ഏതൊരവസ്ഥയിലും നമ്മോടു ക്ഷമിക്കാനും പൊറുക്കാനും തയ്യാറാവുക.

നാം അത് അർഹിക്കുന്നുണ്ട്. സ്വയം അവഗണിക്കാതിരിക്കുക.

ചില അവസരങ്ങളിൽ നാം പിറകോട്ടു പോയാലും അതിനെ തിരിച്ചറിഞ്ഞു മുന്നോട്ടു തന്നെ പോകാനുള്ള വളർച്ച നേടിയെടുക്കാം. എല്ലാം തിരിച്ചറിവുകളും പാഠങ്ങളും മാത്രമാണെന്നറിയുക.

How to pause our anger?

Anger management practice നാം ഓരോരുത്തരും ജീവിതത്തിൽ ശീലിക്കേണ്ടതാണ്.

എപ്പോഴൊക്കെ, എങ്ങനെയൊക്കെയാണ് ഒരു സാഹചര്യം മാനേജ് ചെയ്യേണ്ടത് എന്നു മുൻകൂട്ടി തന്നെ ഒരു ധാരണ ഉണ്ടാക്കിയെടുക്കുന്നത് നന്നായിരിക്കും.

React ചെയ്യണോ respond ചെയ്യണോ എന്നു ഒരു നിമിഷം ആലോചിക്കുക.

Pause ചെയ്യാനുള്ള പരിശീലനം കിട്ടിയിട്ടുള്ള ഒരാൾക്ക് വളരെ ലാഘവത്തോടെ ആ പ്രശ്നത്തെ സമീപിക്കാനും വേണ്ടവിധത്തിൽ കൈകാര്യം ചെയ്യാനുമാകും.

കൂടുതൽ പ്രശ്നങ്ങളിലേക്കും ഗുരുതരമായ പ്രക്രിയകളിലേക്കും കടക്കാതെ ഇരു കൂട്ടർക്കും സമാധാനപരമായ ഒരു വഴി തുറക്കുകയും ചെയ്യും.

പെട്ടെന്ന് തന്നെ എന്റെ ഇമോഷൻ പ്രത്യേകിച്ച് ദേഷ്യം പ്രകടിപ്പിച്ചിരുന്ന ആളായിരുന്നു ഞാനും. ഇപ്പോൾ ഞാൻ ഈ pause ബട്ടൺ കൂടെ കൊണ്ടു നടക്കുകയാണ്. പലപ്പോഴും ഇതു എന്നെയും മറുപുറത്തുള്ളയാളെയും രക്ഷിക്കുന്നുമുണ്ട്. രണ്ടു കയ്യും കൂട്ടിയടിച്ചാലല്ലേ ശബ്ദം കേൾക്കൂ.

Pause ചെയ്യുക വഴി കുറച്ചു കൂടി സമയമെടുത്തു ചിന്തിച്ചു പെരുമാറാൻ സാധിക്കുന്നു. ഈ പരിശീലനം let go ചെയ്യാനുള്ള പ്രവണത വർധിപ്പിക്കുകയും ചെയ്യും. ഏത് വിധത്തിലും ഈ pause ബട്ടൺ ന്റെ ശക്തി അപാരം തന്നെ.

അധികമായാൽ അമൃതും വിഷം

പുതിയ ജീവിതക്രമത്തിൽ എല്ലാം ആവശ്യമുള്ളതിനേക്കാൾ കൂടുതൽ സ്വരൂപിച്ചു വക്കുക ഒരു രീതിയായി മാറിയിട്ടുണ്ട്. ആവശ്യമില്ലെങ്കിൽ പ്പോലും പുറമെയുള്ളവരുടെ മുന്നിൽ മേനിനടിക്കാൻ വേണ്ടി മിഥ്യാ ധാരണകളിൽ കുടുങ്ങി ധനവും സമയവും പാഴാക്കുന്നു.

ജീവിതത്തിൽ ഒരു ബാലൻസ് നിലനിർത്തേണ്ടതിന്റെ ആവശ്യകത യുണ്ട് അവനവനെ കൂടുതൽ സ്നേഹിക്കുക എന്നാൽ അവനവനെ മാത്രം സ്നേഹിക്കുക എന്നതായി തീരാതിരിക്കാൻ ശ്രദ്ധിക്കുക. ആവശ്യ ത്തിൽ കൂടുതലാവുന്ന എന്തും വിഷമയമായിരിക്കും. അത് ചിന്തകളാ ണെങ്കിലും, ആഗ്രഹങ്ങൾ ആണെങ്കിലും, പ്രവർത്തികൾ ആണെങ്കിലും. എല്ലാ കാര്യങ്ങളിലും ഒരു മിതത്വം ശീലിക്കുകയും പാലിക്കുകയും ചെയ്യേണ്ടത് അത്യാവശ്യമാണ്. സന്തോഷവും ദുഃഖവും ഒരു പരിധിയിൽ കവിഞ്ഞു പോകാതിരിക്കണം. ഒരു വിഷയത്തിൽ തന്നെ ലയിച്ചു അതായി മാറുന്ന അവസ്ഥകൾ കർശനമായും നിയന്ത്രിക്കണം.

മുതിർന്നവരായ നമ്മുടെ ശീലങ്ങളും പ്രവർത്തികളും നമ്മുടെ തന്നെ പുതു തലമുറയെ എത്രത്തോളം സ്വാധീനിക്കുമെന്ന് പറയേണ്ടതി ല്ലല്ലോ മിതമായ ജീവിതരീതികൾ, മിതമായ ആഗ്രഹങ്ങൾ, മിതമായ വൈകാരിക പ്രകടനങ്ങൾ ഒക്കെയും കുട്ടികളിലേക്കും യുവാക്കളി ലേക്കും എത്തിക്കാൻ നാം ജാഗരൂകരായിരിക്കുക. കണ്ടും കേട്ടും അറിഞ്ഞും പുതു തലമുറ വളരട്ടെ.

തിരിച്ചറിവ്

അറിവുകൾ നേടിയെടുക്കുന്നതിനെക്കുറിച്ചാണ് നാം സാധാരണ ബോധവാന്മാരാകാൻ ശ്രമിക്കാറുള്ളത്. ഇന്നു അറിവുകൾ നേടുക അത്ര ബുദ്ധിമുട്ടുള്ള കാര്യമല്ല. അറിവുകൾ സമ്പാദിച്ചു കൂട്ടുമ്പോഴും ജീവിത വിജയം നേടുമ്പോഴും ഒക്കെ എവിടെയോ **missing** ആയ ഒരു സന്തോഷത്തിന്റെയുംസംതൃപ്തിയുടെയും ഒരു കണിക നാം feel ചെയ്യുന്നതായിക്കാണാം. അവിടെയാണ് തിരിച്ചറിവിന്റെ പ്രാധാന്യം നിലകൊള്ളുന്നത്.

അറിവുകളുടെ മറുവശം കൂടി ശ്രദ്ധിച്ചാൽ എളുപ്പമായി. അവിടെ ആ തിരിച്ചറിവിന്റെ നേർത്ത പാതകൾ നമുക്കായി പ്രപഞ്ചം ഒരുക്കിയിട്ടുണ്ട്. തിരിച്ചറിവുകളിലൂടെ യാത്ര ചെയ്യുമ്പോൾ മാത്രമേ ജീവിത്തിന്റെ മൂല്യവും അർത്ഥവും പൂർണമാവുകയുള്ളു. സ്വയം വിശകലനം ചെയ്യുക, എവിടെയാണ് ഇപ്പോൾ ഉള്ളത്, എവിടേക്കാണ് പോകേണ്ടത്, എന്തുകൊണ്ട് പോകണം? എന്നൊക്കെ. അതിനുള്ള മാർഗങ്ങൾ സ്വയം അന്വേഷിക്കുക. ഇപ്പോൾ ഞാൻ എവിടെയെത്തി നിൽക്കുന്നുവെന്ന് കണ്ടെത്തുക. തിരിച്ചറിവുനേടിയ വ്യക്തി വൈകാരികമായും ബുദ്ധിപരമായും, സാമൂഹികമായും, സാമ്പത്തികമായും എല്ലാം ഉയർന്ന ചിന്താഗതിയും കാഴ്ച്ചപ്പാടുകളും ഉൾക്കൊള്ളുന്നു. സ്വന്തമെന്നു പോലെ മറ്റുള്ളവരെയും മനസ്സിലാക്കുകയും കാരുണ്യവും സഹാനുഭൂതിയും പുലർത്തുകയും ചെയ്യുന്നു.

ജീവിതത്തിന്റെ സമസ്യകളുടെ കുരുക്കഴിക്കാൻ തിരിച്ചറിവിന്റെ പാത സ്വീകരിക്കുക മാത്രമേ സഹായകരമാവുകയുള്ളു.

Compassion കരുണ/അനുകമ്പ/ദയ

നിസ്സഹായനായി ഭൂമിയിലേക്ക് പിറന്നു വീഴുന്ന ഓരോ കുഞ്ഞും അനുകമ്പയോടെ, വാത്സല്യത്തിന്റെ, കരുണയുടെ, സ്നേഹത്തിന്റെ യൊക്കെ മധു നുകരാൻ കാത്തിരിക്കുകയാണ്. ഈശ്വരന്റെ പ്രേമം ജീവനായി പകർന്നെടുത്തു ഭൂമിയിലെ പകർന്നാട്ടത്തിന് തിരശ്ശീല നീക്കി രംഗപ്രവേശം ചെയ്യുന്നു. ഈശ്വരന്റെ കാരുണ്യത്തിന്റെ നിറവിലാണ് ഓരോ ജീവിയും ഇവിടെ ജനിച്ചു വീഴുന്നത്. ഈ കാരുണ്യത്തിന്റെ ഉറവ സ്വന്തം ജീവിതത്തിലൂടെ സഹജീവികളിലേക്ക് എത്തിക്കാനും അതിനെ പരിപോഷിപ്പിക്കാനും നാം ബാധ്യസ്ഥരാണ്. അതൊരു തിരിച്ചറിവാണ്.

ആ തിരിച്ചറിവിലൂടെ മാത്രമേ സ്വയം ഉയർന്നു ചുറ്റുമുള്ളവരെക്കൂടി നമ്മെക്കൊണ്ട് ആവും വിധം സാന്ത്വനിപ്പിക്കുകയും ഉയർത്താൻ സഹായിക്കുകയും ചെയ്യാൻ സാധിക്കുകയുള്ളു. സ്നേഹവും നന്ദിയും പോലെ തന്നെ നമ്മുടെ മനസ്സിൽ സ്ഥിരപ്രതിഷ്ഠ നടത്തി അതിനോട് കൂടി യാത്ര ചെയ്യാൻ ഉള്ള ഭാഗ്യം നാം കണ്ടെത്തുകയാണ് വേണ്ടത്. ഈ മായാപ്രപഞ്ചത്തിൽ ഒന്നും സ്ഥിരമല്ല എങ്കിലും കരുണാർദ്രചിത്തം എന്നുള്ളത് നമ്മുടെ കടമയായി ഞാൻ കാണുന്നു.എത്രയോ പേരുടെ, എത്രയോ സാഹചര്യങ്ങളുടെ കാരുണ്യത്തിന്റെ, ദയയുടെ, സ്നേഹ ത്തിന്റെ, കടപ്പാടിന്റെ ഉപോൽപ്പന്നമാണ് നാം എന്നു ഓർക്കുക. നിസ്വാർ ത്ഥമായ ഒരു മനസ്സിൽ മാത്രമേ കരുണയുടെ പ്രതിധ്വനികൾ ഉയരുക യുള്ളു.

ഈ ഭൂമിയിൽ അവതരിച്ചിട്ടുള്ള സകല ജീവജാലങ്ങളും സസ്യല താദികളും സ്നേഹവും കരുണയും ദയയും അർഹിക്കുന്നുണ്ട്. എല്ലാവർക്കും നല്ലത് വരട്ടെ.

Parental Relationships

നാം പലപ്പോഴും നമ്മുടെ ചിന്തകളുടെ തടവറയിലാണ്. ആ ചിന്തകളിൽ ക്ഷമിക്കാനും മാപ്പുകൊടുക്കാനും ചില കരുതലുകൾ എടുക്കേണ്ടതുണ്ട്. ഏറ്റവും പ്രധാനമായിട്ടുള്ളത് സ്വന്തം മാതാപിക്കളോടുള്ള സമീപനവും കാഴ്ചപ്പാടുമാണ്.

പലപ്പോഴും അമ്മയോ അച്ഛനോ രണ്ടുപേരും ഒരുമിച്ചോ നമുക്ക് ഇഷ്ടപ്പെടാത്ത രീതിയിൽ സംസാരിക്കുകയോ പ്രവർത്തിക്കുകയോ ചെയ്തിട്ടുണ്ടാകാം. ബാല്യത്തിലും കൗമാരത്തിലും പ്രത്യേകിച്ച്. അത് ഇപ്പോഴും മനസ്സിൽകൊണ്ട് നടന്നു ആവർത്തിച്ചു ചിന്തിച്ചു കഴിഞ്ഞു പോയ കാര്യങ്ങളെ പർവതീകരിക്കുന്നതുകൊണ്ട് എന്ത് പ്രയോജനം?

മാതാപിതാക്കളും മനുഷ്യരാണ്. അവർക്കവരുടെ രീതിയിലുള്ള ചിന്തകളുണ്ട്. അവരുടേതായ ശരികളും തെറ്റുകളുമുണ്ട്. അവരുടെ കാഴ്ചപ്പാടുകളിൽ നിന്നുകൊണ്ട് അവർ മക്കളെ ഗുണദോഷിക്കുകയും തെറ്റുകളെന്നു അവർക്കു തോന്നുന്നവയെ തിരുത്താൻ ശ്രമിക്കുകയും ചെയ്യാറുണ്ട് ഏത് പ്രായത്തിലും. എത്രയൊക്കെ വളർന്നാലും അറിവ് നേടിയാലും സ്വന്തം മാതാപിതാക്കളെ കുറ്റപ്പെടുത്തിയും വിമർശനത്തിനു വിധേയരാക്കി പോസ്റ്റ്മോർട്ടം ചെയ്യുന്ന കാഴ്ചകൾ ഇപ്പോൾ സുലഭമാണ്. ക്ഷമിക്കാനും വിട്ടുകൊടുക്കാനും തയ്യാറാവാതെ സ്വയം സ്ട്രെസ് അനുഭവിച്ചു അതിന്റെ പരിണിതമായ ദൂഷ്യഫലങ്ങളും വിളിച്ചു വരുത്തുന്നു. ഇന്നു മാതാവും പിതാവുമായി മാറിയ ഇവരും സ്വന്തം കുഞ്ഞുങ്ങളുടെ നന്മയെക്കരുതി ചില വിലക്കുകളും അതിർവരമ്പുകളും ശിക്ഷയുമൊക്കെയായി തന്നെ കഴിഞ്ഞു പോകുകയല്ലേ?

ഇത് ഒരു ആവർത്തനമാണ്. ഓരോ ജന്മത്തിലും ആവർത്തിച്ചു കൊണ്ടേയിരിക്കും. തിരിച്ചറിവിന്റെ ഒരു ചെറിയ വെളിച്ചത്തിൽക്കൂടി കടന്ന് പോകുമ്പോൾ നമുക്ക് മനസ്സിലാക്കാൻ സാധിക്കും, നമ്മുടെ മാതാപിതാക്കൾ അവരുടേതായ ശരികൾ സ്നേഹവും വാത്സല്യവും ചേർത്തു നമുക്ക് നൽകിയതൊക്കെയും നമ്മുടെ നന്മക്കു വേണ്ടി മാത്രമായിരുന്നു എന്ന് കാലം എല്ലാം തെളിയിക്കും.

സ്വന്തം മാതാപിതാക്കളുടെ അനുഗ്രഹവും സ്നേഹവും നമ്മുടെ സമാധാനപരവും ഐശ്വര്യ പൂർണവുമായ ജീവിതത്തിനു പിന്തുണയേകും.

ഉത്തരങ്ങളില്ലാത്ത ചോദ്യങ്ങൾ

പലപ്പോഴും പല ചോദ്യങ്ങളും അങ്ങനെ തന്നെ നില നിൽക്കുന്നു. ഉത്തരങ്ങൾ നല്കപ്പെടാതെ. ഉത്തരങ്ങൾ തേടിയുള്ള യാത്രകൾ അവസാനിക്കുന്നതും ഉത്തരങ്ങളില്ലാതെയാണ്. ഏത് വശത്തു നിന്നു നോക്കിയാലും ഉത്തരങ്ങൾ ഇല്ല തന്നെ. ജീവിതം സമ്മാനിക്കുന്ന നിഗൂഢമായ സാഹചര്യങ്ങളെയും അനുഭവങ്ങളെയും എതിർത്തത് കൊണ്ട് കാര്യമില്ല, അത് നാം അനുഭവിച്ചറിയാൻ വേണ്ടി തന്നെ ഈ പ്രപഞ്ചം നമുക്കായി രചിച്ചു ചിട്ടപ്പെടുത്തിയിട്ടുള്ളതാണെന്ന് മാത്രം തിരിച്ചറിയുക. അത് പോലെ തന്നെ സ്വീകരിക്കുക, അതിലൂടെ യാത്ര ചെയ്യാൻ സന്നദ്ധമാകുക. ഒന്നേ നമുക്ക് സാധ്യമാകൂ,ഇത്തരം അനുയാത്രകളും അനിവാര്യമാണ് എന്നു മനസ്സിലാക്കി യാത്ര തുടരുക. Higher perspective ലൂടെയുള്ള യാത്ര. നമുക്ക് നിർദേശിക്കപ്പെട്ടിട്ടുള്ള ജീവിതം തന്മയീഭാവത്തോടെ ആടിത്തീർക്കുക.അതിലെ ശരി തെറ്റുകളെ നമ്മുടെ കാഴ്ചപ്പാടുകളുമായി കൂട്ടി വായിക്കേണ്ടതില്ല. വിലയിരുത്തേണ്ടതുമില്ല. എല്ലാം ആത്യന്തികമായി ഒന്നിനെ മാത്രം ലക്ഷ്യമിടുന്നു. അതത്രെ ജീവിതം എന്ന മഹാസമസ്യ. കുരുക്കഴിക്കപ്പെടാത്ത നിഗൂഢ രഹസ്യം.

ആശയ രൂപീകരണത്തിന് സഹായിച്ച പുസ്തകങ്ങൾ

Peace is every step
Thich Nhat Hanh
Intuition
Osho
The Miracle of Positive Thinking
Arnold Fox&Barry Fox
You Can HealYour Life
Louis L Hay
Adventures in Religious Life
Swami Yatiswarananda
The Power of Your Subconcious Mind
Dr. Joseph Murphy
The Secret
Rhonda Byrne
The Magic
Rhonda Byrne
Pranic Psychotherapy
Master Choa Kok Sui
പ്രാണതത്വം (പഠനം)
G. മോഹൻദാസ്
Telepsychics
Dr. Joseph Murphy
Miracles of your Mind
Dr. Joseph Murphy